தொடுப்பு

கவிதைகள்

வா.மு.கோமு

உயிர்மை
பதிப்பகம்

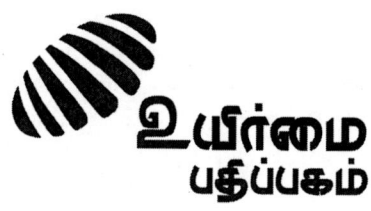

விலை ரூ. 100

உயிர்மை பதிப்பக வெளியீடு: 742

தொடுப்பு ∦ கவிதைகள் ∦ ஆசிரியர்: வா.மு.கோமு ∦ ©வா.மு.கோமு ∦ முதல் பதிப்பு: பிப்ரவரி 2021 ∦ வெளியீடு: உயிர்மை பதிப்பகம், எண்: 5, பரமேஸ்வரி நகர் முதல் தெரு, அடையாரு, சென்னை-600 020 தொலைபேசி: 91-44-48586727 ∦ மின்னஞ்சல்: uyirmmai@gmail.com, இணையதளம்: www.uyirmmai.com ∦ அட்டை வடிவமைப்பு: பி.ஆர்.ராஜன் ∦ அச்சாக்கம்: மணி ஆஃப்செட், சென்னை-600 077

Thoduppu ∦ Poems ∦ Author: Va.Mu.Komu ∦ ©V.M.Komahan ∦ Language: Tamil ∦ First Edition: Feb 2021 ∦ Demy 1x8 ∦ Paper: 18.6 kg maplitho ∦ Pages: 80 ∦ Published by Uyirmmai Pathippagam, New No.5 Parameshwari Nagar 1st street, Adyar, Chennai - 600 020, India. Phone : 91-44-48586727, E-mail: uyirmmai@gmail.com, Website: www.uyirmmai.com ∦ Cover Designed by Rajan .P.R ∦ Printed at Mani Offset, Chennai 600 077 ∦ Price : Rs.100

ISBN: 978-93-85104-47-3

வா.மு.கோமு

வா.மு.கோமு என்ற பெயரில் எழுதிவரும் வா.மு.கோமகன் ஈரோடு மாவட்டத்தில் சென்னிமலைக்கும் மேற்கே 12 கிலோ மீட்டரில் இருக்கும் வாய்ப்பாடி என்கிற கிராமத்தைச் சேர்ந்தவர். 91இல் திருப்பூரிலிருந்து ‘நடுகல்’ என்கிற சிற்றிதழைக் கொண்டு வந்தவர். 91இல் இலக்கியகளம் இறங்கியவரின் சிறுகதைகள் பல்வேறு சிற்றிதழ்களில் வெளியாகத் துவங்கின. மனதில் நினைத்தவற்றை எழுத்தில் சொல்ல சிறிதும் தயக்கம் காட்டாத எழுத்தாளர் என்ற பெயரைக் கூடிய சீக்கிரமே பெற்றவர். கள்ளி, சாந்தாமணியும் இன்னபிற காதல் கதைகளும், எட்றா வண்டியெ, மங்கலத்து தேவதைகள், 57 சினேகிதிகள் சினேகித்த புதினம், மரப்பல்லி, நாயுருவி, சயனம், ரெண்டாவது டேபிளுக்கு காரப்பொரி, தானாவதி, டுர்டுரா, ராட்சசி என்கிற நாவல்கள் முன்னதாக வெளிவந்துள்ளன. கொங்கு வாழ்வியல் சூழலை எழுதும் எழுத்துக்குச் சொந்தக்காரர்.

முன்னுரை

எல்லாருக்கும் வணக்கம்,

‘தொடுப்பு’ என் ஐந்தாவது கவிதைத் தொகுப்பு. நடுகல் வெளியிட்ட இரண்டு சிறு கவிதைத் தொகுப்புகளைக் கணக்கில் கொள்ள வேண்டியதில்லைதான். முன்பாக உயிர்மை பதிப்பகத்தின் வாயிலாக வெளிவந்த ‘சொல்லக்கூசும் கவிதை’ தொகுப்பே முதலானதாகக் கொள்ளலாம். அடுத்து புதுஎழுத்து வெளியீடாக வந்த ‘இப்படியாயிற்று எல்லாக் கிழமைகளிலும்’ தொகுதி.

கவிதை என்கிற வடிவத்தை நான் எப்போதேனும் எழுத முயற்சிப்பேன். அது எந்த நேரமெனில் ஆறுமாத காலம் எதுவும் எழுதாமல் விட்டேத்தியாய் இருந்து எழுதவேணுமென்ற மனநிலைக்கு நான் மாறும் சமயத்தில் முதலாக நான் எடுத்துக் கொள்வது கவிதை வடிவத்தைத்தான். சிறுகதைகள் சில கால இடைவெளிக்குப் பிறகு எழுத வேண்டுமெனில் முதலாக நான் எழுதுவது கவிதைகள்தான். அப்படித் துவங்குகையில் ஒரு நாளைக்கு ஆறேழு கவிதைகள் வீதம் எப்படியும் நான்கைந்து நாட்கள் கவிதைகளாகவே ஓடும். அதை நான் தடைபோடுவதுமில்லை.

போக கவிதைகள் என நான் எழுதுபவை சிறுகதைகளை ஒத்திருப்பது எனக்கே தெரியும். பல கவிதைகள் சிறுகதை வடிவங்கள்தான். மேலும் என் கவிதைகள் பற்றி சொல்லப் போகையில் படிப்போரைப் புன்னகைக்க வைக்கக்கூடியவைகள் என்பதில் இருக்கிறது என் அந்த சிறு வெற்றி.

இந்தத்தொகுதியில் கொரோனா காலத்தில் வீடடங்கி நான் கிடந்த சமயம் எழுதிய பல கவிதைகள் வைரஸ் கவிதைகள் என்கிற தலைப்பின்கீழ் தொகுக்கப்பட்டிருக்கிறது.

உயிர்மை பதிப்பகம் வாயிலாக இந்தத் தொகுதி வெளிவருவது எனக்கு மகிழ்வான விசயம்.

அன்போடே என்றும்,

வா.மு.கோமு

பேச : *9865442435*

vaamukomu@gmail.com

உள்ளே...

1. கொங்கு மண்டல செம்பூத்து	11
2. புரியலன்னா பிரச்சனையில்லீங்!	12
3. நடப்பு	14
4. முன்பு ஒரு காலத்தில்...	15
5. வருகை	16
6. புரட்சி	17
7. புதுமனை புகுவிழா	18
8. பாட்ஷா பாய்	19
9. நிலம்	20
10. தொடுப்பு	22
11. ரசனை	24
12. குட்டிக் கவிதைகள்	25
13. கவிதை என்று நினைத்துக் கொண்டால் தப்பிதமேதுமிலை!	28
14. என் ஊர்	29
15. லட்சணம்	30
16. முந்தைய மனிதன்	31
17. ஹனிமூன்	32
18. பேச்சு	33
19. சாக்குப் போட்டி	34
20. வாசகர் நேர்காணல்	35
21. செண்டிமெண்ட் டச்	38
22. பேய்க்கவிதை	37
23. கிழக்கு சிவக்கவில்லை	38
24. நடத்தை சரியில்லாதவள்	40
25. சொல்லுவார்கள் மக்கள்!	41
26. பட்டிக்காட்டு முட்டாய் கடை	42
27. ஏதேனும் செய்ய	43
28. பரிசு	44
29. வைரஸ் கவிதைகள்	45
30. தலைவர் வாழ்க	47
31. நம் பயணம்	49
32. ஏன் வந்தீர்?	51
33. துக்கத்தின் தனிமை	52
34. மிருதங்கம் வாசிக்கப்படத்தான்	53
35. தலையில் எழுதியிருப்பனவெல்லாம்	55
36. அவரின் மரணம்	56
37. அதிசய விலங்கு	57

38. பாதாள உலகம்	58
39. கடவுள்	59
40. வியாபாரி	60
41. உலகத்தின் அழகெல்லாம் ஒருங்கே பெற்றவள்	62
42. பசி	64
43. நான் வழக்கமாய் செல்லும் குறுநகரம்	65
44. அப்பம்	66
45. பயணம்	67
46. சீதாவின் கவிதை	68
47. கொரோனா காலம்	69
48. கொரோனா காலம் - 2	70
49. கொரோனா காலம் - 3	72
50. கொரோனா காலம் 4	75
51. பயணம்	77
52. கொரோனா கால குறுங்கவிதைகள்	78
53. எத்தனெ நாளைக்கி மாப்ளெ?	80

உடுமலைப்பேட்டை
ஜாக்கெட் தைப்பாளர்
கதிர்வேலு அன்புக்கு!

கொங்கு மண்டல செம்பூத்து

கொங்கு மண்ணில்
வேப்பை மரத்தில்
காக்கை கூட்டில்
பிறந்திருந்த செம்பூத்து
ஒன்று பல வருடமாகவே
துணையொன்றைத் தேடி
மண்டலம் முழுக்க
பிரயாணித்து
எங்களூர் வந்து சேர்ந்தது!
வந்த சமயம் வானம்
தூறல் போட்டுக் கொண்டிருந்ததால்
முழுக்க நனைந்த அது
பறக்க முடியாமல்
தத்தித் தத்தி என் மண்ணில்
செல்வதைப் பார்த்தேன்.
அதற்கு மீசை நரைத்திருந்தது!

புரியலன்னா பிரச்சனையில்லீங்!

நாவிதனின் சவரக் கண்ணாடிகள் ஊரெங்கிலும்
சிதறிக் கிடந்த பொழுதில் கழுதைகளின் வரிசை ஒன்று
தேரைகளை நசுக்கிச் சென்று கொண்டிருந்தன.

தவளைகள் அழும் மாலையில் உள்ளூர்
வண்ணானின் பொதிமூட்டையை வண்ணாத்திப்பூச்சிகள்
கவ்வி இழுத்தோடின தம் புற்றுக்கு.

பொதிகளில் திரிந்த சீலைப்பேன்கள் ஒவ்வா இடமென
தம் இருப்பிடம் தேடி அலைகையில்
கண்ணாடித் துணுக்குகளில்
தம் முகம் கண்டு மருண்டு மாண்டன.

செவ்வரளிப்பூவைக் கவ்வும் நோக்கமாய்
வரிப்புலியொன்று பம்மித் திரிந்தது.

சுடுகாட்டுக் கொட்டகையில்.
ஊரெங்கிலும் கிடக்கும் கண்ணாடித்துணுக்குகளைக்
கூட்டிப் பெருக்க முத்தாயிக் கிழவி துடைப்பத்தோடு
அலைந்தாள் ஒற்றைப் பனையோரம்!

பூனைகளின் அழுகுரல் ஓசை ஊரெங்கும்
சிலருக்கு பேதியைக் கிளப்பிற்று!

கழுதைகளின் வரிசை
கிராமத்தின் கடைசிக் குடிசையோடு முடிந்து
போகையில் வானம் இடறி மழைக்கான வேளை துவங்கிற்று!

இருட்டுப் பொந்தினுள்ளிருந்து எட்டிப்பார்த்த
பெருக்கான் ஒன்று கண்ணாடிப் பிசிறொன்றைக் கவ்வி
இழுத்தோடிப் போனது பொந்தினுள்.

மழை கொட்டப் போகிறதென எறும்புகள்
வரிசையொன்று ஊருக்குள் நுழைந்த சமயம்
ஊர்நாவிதன் போதையில் மல்லாந்து கிடந்தான்.

கருப்பசாமி கோவிலினுள் சிம்னி
விளக்கு யார் பற்ற வைத்ததெனத் தெரியாமல்
எரிந்து கொண்டிருந்தது.

இன்னும் கொடாப்புகளுக்குள்
நுழையாத கோழிகள் தங்கள் சிறகுகளை
உதிர்த்து விளையாடிக் கொண்டிருந்தன.

ஒற்றைக்கண் காகமொன்று வேப்பை
உச்சியில் அமர்ந்து கரையும் சமயம்
நிலா அந்த மேகத்தினுள் மறைந்தாள்!

நடப்பு

வீட்டின் முன்பிருந்த சாலைக்கு
ஓடி விட்ட காற்றடைத்த பலூனைத்
தாவிப்பிடித்துவிட சாலைக்கு வந்த
பாப்பாவை பைக்கில் வந்த வாலிபன்
அலேக்காய்த் தூக்கி வந்து விட்டான்.

அவர்கள் மூவரும் கிளாஸ்களை
முட்ட வைத்து முட்ட வைத்து
குடித்துக் கொண்டிருக்க
வாயில், கையில், காலில் கட்டப்பட்டு
சற்றுத்தள்ளி படுத்திருந்த பாப்பா
'இந்த அண்ணன்கள் என்ன விளையாட்டு
விளையாடத் தூக்கி வந்திருக்கிறார்கள்?'
என்று யோசித்துக் கிடந்தது.

முன்பு ஒரு காலத்தில்...

அப்போது நான் கேட்ட கதைகளில்
எல்லா தேவதைகளும் ஏழைகளுக்கு
உதவி புரிவதற்காகவே வனங்களிலும்
சமுத்திரங்களிலும் பறந்து கொண்டிருந்தார்கள்!
மரம்வெட்டிக்கு தங்கக்கோடரி கொடுத்த தேவதை
ஆற்று நீரில் நீந்தி வந்தவள்!
வனத்தினுள் வழிதவறி சுற்றிய சிறுவனுக்கு
உதவி புரிந்தவள் வனதேவதை.
உள்ளூர் பள்ளியோடு உலகம் முடிந்தது என்று
நம்பிய சிறுவன் நான் அப்போது.

இப்போது நான் குழந்தையிடம் சொல்லும்
கதையில் மினுக்காட்டம் பூச்சிபோல
தேவதைகள் பறந்து வருவதில்லை. -
தேவதைகள் பறந்துவரா உலகில்
பதிலாக பூதமொன்று வந்து சேர்ந்திருக்கிறது!
அது வழிதவறிய சிறுவனைப் பார்த்தும்
அவனே அவன் வீடு போகட்டுமென விடுகிறது.
கோடாரியைத் தொலைத்தவனுக்கு
வட்டிக்கி கடன் தர்றேன் வேறு
கோடாரி வாங்கிக்கோ! என்கிறது.
சீக்கிரமே ஆப்பாயிலை
வலதுகையில் பற்றியெடுத்து
தன் அகல வாயினுள் தலையுயர்த்திப்
போடும் உணவு விரும்பிகள் போன்றே
பூதம் இந்த தேசத்தை விழுங்கிப்
போய்விடுமெனக் கதை சொல்கிறேன்.

வருகை

என்னை சற்று நேரம் நிம்மதியாக
அழவிடுங்கள் என்று நான் அவர்களிடம் கேட்டேன்.
தேவன் வரும் நேரம் நெருங்கிவிட்டதாகச் சொல்லியவர்கள்
வேண்டுமாயின் நீ இப்போது சிரிக்கத் துவங்கலாமென்றார்கள்.
எனக்கு நானே கிச்சு முச்சு மூட்டியும் சிரிப்பு மட்டும்
எனக்கு வந்தபாடில்லை!
இவர்கள் எதிர்நோக்கிக் காத்திருக்கும்
தேவன் சீக்கிரம் வந்துவிட்டாரெனில் எனக்கான சிரிப்புகளை
அவர் வழங்கி ரட்சிக்கலாம்!
வெறுமனே அவர்களைப் போன்றே
முகவடிவுடன் எதிர்ப்பாதையில் விழி வைத்திருந்தேன்.

சற்றுநேரத்திற்கெல்லாம் பாதையில் செம்மறி ஆடுகள்
கூட்டமொன்று வந்து எங்களைக் கடந்து போனது.
அலைந்து திரிந்து கலைத்த தாடி வைத்த ஒருவர்
தடியூன்றியபடி எங்களைக் கடந்து சென்றார்.
அப்புறமாக அந்தப்பாதையில் யாரொருவரும் வரவில்லை.

புரட்சி

நான் வாழத் தகுதியில்லாத ஊர்களில்
புரட்சியும் போராட்டங்களும்
எப்போதும் நடந்த வண்ணமே இருக்கின்றன.
அவைகளைப்பற்றி ஆங்கிலத்திலிருந்தேனும்
தமிழுக்கு மொழிபெயர்த்துத் தரும்
ஜாம்பவான்கள் எனைச் சுற்றிலுமே இருக்கிறார்கள்.

தெரிந்தே தான் எல்லாமும் நடக்கிறது!
தெருப்பிச்சைக்காரன் தெருவில் இருக்கிறான்
மடிப்பிச்சைக்காரர்கள் கோவிலில் இருக்கிறார்கள்.

இங்கே சாகும்வரை கவிதை புனைபவன்
போராளியாகவோ
பிச்சைக்காரனாகவோ
ஆகவே முடியா!

புதுமனை புகுவிழா

புதுமனை புகுவிழா மிகச் சிறப்பாக நடந்தேறியது!
சாப்பாட்டுப் பந்தியில் இன்னமும்
கணிசமாகக் கூட்டமிருந்தது!
ஊருக்குள் திரிந்த நாய்களெல்லாம்
புது வீட்டுப் பக்கமாகவே திரிந்தன!
வந்திருந்தோரெல்லாம்
'மொய் வாங்கலியா?' என்றே கேட்டு
சென்று கொண்டிருந்தனர்.
'பையன் வேணாம்னு சொல்லிட்டான்!'
பெருசு தனக்கென எந்தக் காரியமும் இல்லாமலிருக்க
தென்னந்தோப்புக்கும் வீட்டு வாயிலுக்கும் நடையாய் நடந்தது.
வந்திருந்த உறவுச்சனத்துக்கு டைல்ஸ் ஒட்டிய
சமையலறையை நீவி நீவிக் காட்டிற்று கிழவி!
இந்தக் கிராமத்துல போயி இப்பிடிச் செலவு பண்டி
இத்தாச்சோடு மாளிகை கட்டியிருக்கானே!
என்று வந்த சனம் தாவாங்கட்டையில்
கைவைத்துப் பேசியபடி போயிற்று!
'அப்புறம் பையன் இனி நம்மூர்லயே
பிஸ்னஸ் பண்ணுறானா?
பேரம் பேத்திகளோட கொண்டாட்டம் தான் இனி!'
பெருசிடம் பழைய நட்பு பெருசு கேட்டது.

'இல்லப்பா.. நாளைக்கி ஒம்போது மணிக்கி
கோயமுத்தூர்ல ஏராப்பிளேனாம்! அமெரிக்கா
போனான்னா எப்ப வருவானோ! அப்புறம் பாரு
கெழவியும் நானும் மாளிகையில குதியாளம்
போடவேண்டிது தா!'

பாட்ஷா பாய்

மாணிக் பாட்ஷாவுக்கு வயதாகி முன் பற்களில் நான்கும்
கடைவாய் பற்களில் இரண்டிரண்டும் விழுந்து விட்டன!
பின்னணியில் அதே பிஜிஎம் ஒலிக்க ஆங்காங்கே
ஒட்டுத் தையலிடப்பட்ட கோட்டுடன் நடை தளர்ந்து
அவர் முன்னால் வர, கூடவே பாதுகாவலர்கள் ஐவரும்
பின்னால் எட்டு வைத்து அந்த இரவில் என் ஊர் வந்தனர்.
பாதுகாவலன் ஒருவன் பத்து வருடம் முன்பாக நடந்த
துப்பாக்கிச் சூட்டில் ஒரு கண்ணை இழந்திருந்தான்.
மற்றொருவனுக்கு கத்தி வெட்டு விழுந்த சமயத்தில் இடது கை
விடைபெற்றிருந்தது! பார்க்க உடல் பாகங்களில்
இழப்பெதுவுமில்லாமல் தென்பட்ட மூவருக்கும்
ஆளுக்கொரு வியாதி! ஒருவனுக்கு சுகர், ஒருவனுக்கு மூலம்,
ஒருவனுக்கு உயர்குருதி அழுத்தம்.

உயர்தர பல் மருத்துவமனையில் நுழைந்த பாட்ஷாவை
வரவேற்க ரிஷப்சனில் கூட யாருமில்லை!
பிஜிஎம் ஒலி நின்ற சமயம் அலைபேசி மணியடிக்க
எடுத்துக் காதில் வைத்த உயர்குருதி அழுத்தக்காரனுக்கு,
நக்மாவை நாய் கடித்து மருத்துவமனையில்
சேர்த்திருப்பதாக தகவல் கிட்ட
அதை ஸ்டாரிடம் சொல்லலாமா வேண்டாமா?
எனக்குழம்பி நின்றவனுக்கு படபடப்பு கூடிக்கொள்ள
மயங்கி விழுந்தான்!
பாட்ஷா திரும்பிக் கவனித்து
'எட்டு எட்டா வாழ்க்கையை பிரிச்சிக்கணும்'! என்றார்!

நிலம்

என் பாட்டன் வைத்திருந்த நிலத்தில் அவராக
மாடுகள் இரண்டு பூட்டி கலப்பையில் உழுது
வெண்டையும் கத்திரியும் விளையச் செய்தார்.
போதாதற்கு கடலைச்செடிகளை
மற்றொரு காட்டில் பயிரிட்டார்.
எந்த நேரமும் வற்றாத தண்ணீருடன் கிணறு
ஒன்றிருந்தது எங்கள் காட்டையொட்டி.
மழைக்காலங்களில் மழை ஏமாற்றாமல் பெய்தது.
பாட்டன் இறக்கும் தருவாயில் இரண்டு மகன்களுக்கும்
நிலத்தைப் பங்கிட்டுக் கொடுத்தார்.
என் தாத்தனின் மூத்தவர்
650 ரூபாய்க்கு அவரது நிலத்தை
மற்றொருவருக்கு விற்றோடிப் போனார்.
என் தாத்தா தன் மகன்கள் இருவருக்கும்
தன் நிலத்தைப் பங்கிட்டுக்
கொடுத்து விட்டு விடைபெற்றார்.

இருக்கும் கொஞ்சத்தில் என் தந்தை கொள்ளு விதைத்தார்.
மழை அப்போது தான் கொஞ்சம் கொஞ்சமாய்
பருவம் தப்பி பெய்யத் துவங்கியிருந்தது.
சும்மா கிடந்த நிலத்தைப் பின்பாக
குத்தகைக்கு கொடுத்து விட்டு தந்தை கிளம்பினார்.
குத்தகைக்குக் எடுத்தவனும்
மழை இல்லாக்குறையாக ஆடுகள்
வாங்கிச் சாலையோரம் மேய்த்தான்.
ஊருக்குள் புதிதாக
தேசியப்பறவைகளின் வருகை நடந்தேறியது.
எப்போதேனும் பெய்யும் மழையை நம்பி
சோளம் பயிரிட்டான் குத்தகைக்காரன்.
தேசியப்பறவைகள் அவன் விதைத்த
சோளவிதைகளைக் கூட்டமாய்க் கூடி
உண்டு மகிழ்ந்து பெருத்தன!

இப்படியிருக்க மான்களின் வருகை
ஊருக்குள் நிகழ்ந்தேறியது.
மான்களும் மயில்களும் நிரம்பியிருக்கும் ஊர்
நிச்சயம் செழிப்பாக இருக்குமென்றார்கள் வெளியூர்க்காரர்கள்.
மயில்களுக்குத் தப்பி முளைத்த சோளப்பயிர்களை
மான்கள் தின்று தீர்த்தன.
கிணறுகள் வைத்திருந்த சம்சாரிகள் போர் போட்டு
நிலத்தடி நீரை உறிஞ்சி
வெங்காயம், தக்காளி பயிரிட்டார்கள்.
மான்களின் வரவுக்கு பட்டாசுகள்
வெடித்து மிரட்டி ஏமாந்தார்கள்.
இறுதியாக காட்டைச்சுற்றியும்
கம்பிவேலிக்கு என்று காசை அழுதார்கள்.
சமயம் பார்த்து நிலத்திற்கான
தொகை கொடுத்து நிலத்தை
தங்கள் வசப்படுத்தி வீட்டுமனைகள்
உருவாக்க ஆட்கள் வந்தார்கள்.

நானும் தங்கையும் கையெழுத்திட்டு இருந்த நிலத்தையும்
விற்றுத்தின்று பேண்டு சலிக்கிறோம்!

தொடுப்பு

நீ கதவை உள்புறமாகத் தாளிட்டுக் கொண்டு
சென்டெக்ஸ் போர்வை போர்த்தி உன் மெத்தையில்
நிம்மதியாய்த் தூங்கு!

நான் வெளித்திண்ணையில் தலையணை ஏதுமின்றி
வலது கையை மடித்துத் தலைக்கும் கொடுத்து
தென்பக்கமாய்ப் பார்த்தபடி படுத்துறங்குகிறேன்.

வெளிவாசலில் நான் பந்தல் வேய்ந்திருக்கலாம் தான்
அப்படியிருப்பின் இந்தப் பனிக்காலத்திற்கு
கொஞ்சமேனும் பாதுகாப்பாய் சுருண்டிருப்பேன்.
ஊருக்குள் எனக்கு எந்தத் தொடுப்புமில்லை என்று
நான் சொன்னால் நீயேன் நம்பவே மாட்டேனென்கிறாய்?
தொடுப்பு வீட்டிலேயே போய்க் கிடவென இப்படிக்
கதவை ஓங்கி அறைந்து சாத்திப்
போயிருக்க வேண்டியதில்லை நீ.
ஊருக்குள் நீ தான் தொடுப்பு வைத்திருக்கிறாயென
ஊரே சொல்கிறது என்றாலும்
நான் உன்னிடம் அதுபற்றியெல்லாம்
ஒரு வார்த்தை பேசியிருப்பேனா?
என்னதானிருந்தாலும் என் அம்மா
இருந்திருந்தால் இப்படியென்னை
வெளித்திண்ணையில் படுக்கப்போட்டிருக்காது.
நானுண்டு என் பொழப்பு உண்டென
பொட்டாட்டம் போய் வந்து கொண்டிருக்கும்
என்னை இப்படி அடிக்கடி இம்சிப்பதையே
வழக்கமாக வைத்திருக்கிறாய்!
இல்லாத தொடுப்பை நான்
எங்கனம் பெறுவது ஊருக்குள் சென்று?
முப்பத்தைந்து வயதில்
இப்படியான பிரச்சனைகள் வீட்டில் முளைத்து விட்டதால்
எப்பாடு பட்டேனும் அல்லது காலிலே விழுந்தேனும்

ஊருக்குள் ஒரு தொடுப்பை
நான் சம்பாதித்தேயாக வேண்டும்.

இந்தக் குளிரில் நான் விடியும் வரை கிடந்தேனென்றால் விடிகாலையில் விரைத்துத்தான் திண்ணையில் கிடப்பேன்! நான் ஊருக்குள் கிளம்புவது தான் நல்லது.

உன் தொடுப்புக்குப் பிறந்த நம் மகள் படுத்துறங்குகையில் விரல் சூப்புகிறாள் இன்னும். பார்த்து அந்த விரலைப் பிடுங்கி விட்டேனும் படுத்துறங்கு!

ரசனை

மட்டைப்பந்தாட்டத்தின் இடையே
மழை குறுக்கிடுகையில்
ஏனையோருக்கும் புரியாத
டக்வோர் லூவிஸ் முறைப்படி ஆட்டம்
மாற்றமடைவது போன்றே
இந்தக் கவிதையும் மழையின் குறுக்கீட்டால்
நீங்கள் நினைத்தது போன்ற முடிவுக்கு
வராது போலத்தான் இருக்கிறது.
இருந்தும் இப்போதைக்கு இந்தக் கவிதைக்குள்
பெய்யும் சாரல் மழையை ரசித்தபடி என்
வீட்டின் வாயிற்படியிலமர்ந்து
பொட்டுக்கடலை கொறித்தபடியிருக்கிறேன்

குட்டிக் கவிதைகள்

முத்தமிடுவதற்குக் கூட சிணுங்கட்டம் போடுகிறாள்
சிணுங்கட்டம் அவள் பிறப்புரிமை
முத்தமிடல் என் பிறப்புரிமை!

குண்டி வலிக்க அமர்ந்திருக்கிறேன்
இன்னமும் எந்த மீனும்
சிக்கியபாடில்லை!

வறுத்தெடுத்து வைத்திருக்கிறேன்
ஒரு குண்டான் வேர்க்கடலை.
இன்னுமவள் சரக்கோடு வரவில்லை!

கிழக்கு சிவந்து சூரியன் மேலெழும்பி விட்டான்.
இன்னும் இந்த மவள் சூரிய
நமஸ்காரத்தை முடிக்கவே இல்லை!

ரயிலை எதிர்த்துச் சென்று மோதி
உயிர் விட்டவனுக்கு ஏன்
இன்னும் நடுகல் எழுப்பப்படவில்லை?

உயரப் பறக்கையில் தோன்றுகிறது
கிழமைகளைத் தொலைத்த நாட்டில்
எங்கு தேடினாலும் சிக்க மாட்டாய் சிவப்பியே!

மறைப்பாய்த்தானிருக்கிறது
இந்த இடமே போதுமென
இருளில் வெற்று நிலத்தில் படுத்துக் கொண்டாள்.

எந்த முன்னேற்பாட்டோடும் இந்தக் கவிதை
துவங்கவில்லை! கட்டிலின் கால்கள்
உடைந்தால் தான் உனக்கொன்று பெற்றெடுக்க இயலும்!

சீவிச் சிங்காரித்து பெட்டைக் கோழிகள்
கடற்கரைக்குப் பொறுக்க வருகையில்
கிழட்டுச் சாவல்கள் நடைப்பயிற்சியிலிருந்தன!

நாய்களின் எண்ணிக்கை குறைகிறதென அரசாங்கம்
கவலை தெரிவித்தது. அதைப்பற்றிய அக்கறை ஏதுமின்றி
ஒற்றைக் கால் தூக்கி லாரி டயரில்
பிஸ்ஸடிக்கிறது விரை இழந்த நாயொன்று!

ஆகச்சிறந்த கலவியை முடித்தவன் மொட்டை
மாடியிலமர்ந்து சிகரெட் புகைத்தான்.
இன்னமும் ஏன் அவனெதிரில் இருக்கும் மலை
அவனைத் தற்கொலைக்கு தூண்டவில்லை?

புணர்ச்சி என்பது புனிதத்தன்மைக்கு ஒப்பானது என்றே
யோனியொன்றை வைத்திருந்தவள் சொல்லிக் கொண்டிருந்தாள்.
கூடிய சீக்கிரம் அவளைப் புணரப் போவதாய்
சபதமெடுத்தது ஒரு கரடி!

ஒதுங்கி நின்றிருக்கும் ஒற்றைப் பனை
தன்மீது வந்தமரும் காகத்திற்கோ
ஏறி வந்தமரும் அணிலுக்கோ
காத்திருப்பதாய் நினைத்திருக்கலாம்!

அழும் பிள்ளைகளுக்குத் தெரிந்திருக்கிறது
இன்னும் சற்று நேரத்தில் பால் கிடைக்குமென!
நான் புலம்புவது உனக்குப் புரிந்தால் சரி.

அவரோட கவிதைகளில் அவர் தெரிவதில்லை
இருந்தும் கவிதையாக வாழ்ந்தவருக்கு
கவிதையாக சாகத் தெரியவில்லை!

முகநூலில் வாசிப்பனவற்றை எழுதியவர்கள்
கவிதைகள் என்கிறார்கள்!
கருமாந்திரங்களைக் கவிதைகள் எனச் சொல்லவும்
தைரியம் வேண்டும் தான்.

துக்க வீட்டுக்குச் சென்றபோது
சாப்பாட்டுப் பந்தி ஓடிக்கொண்டிருந்ததால்
சாப்பிடச் சொன்னார்கள்! மறுத்து நின்றவன்
கையில் டீ டம்ளரைக் கொடுத்துப் போனாள்
குண்டி பெருத்த ஒருத்தி!

நான் போன போது கிராமம் இருந்த சுவடே அழிந்திருந்தது!
புதிதாய் வந்த டைனோசர் தான் காரணமென்றார்கள்.
வேண்டுமெனவே அது அப்படிச் செய்யவில்லை என்றும்
தெரியாத்தனமாய் செய்து விட்டதென்றும் கூறினார்கள்.
எனக்குள் ஏப்பமொன்று வந்தது!

இவளைப் பெண் பார்த்துவிட்டுச் சென்றவன் குடும்பம்
சம்மதித்து விட்டதாய் வீட்டினுள் ஆந்தை அலற
அதன் எதிரொலி கேட்டு இவளுக்கு
வயிற்றுப் போக்கு துவங்கிற்று!

அழகாய் இருக்கிறாய்! என்றான்.
ஹீல்ஸ் பிஞ்சுடும்! முகத்தைக்
கோணிக் காண்பித்துச் சென்றாள்!
-அடுத்த வருடம் திருமணமாகி
இருவரும் பைக்கில் போவார்கள் என்கிறேன்!

கோவில்களில் கண்காணிப்பு காமிராக்கள்
வைத்த நாளிலிருந்து
சாமிகள் சுவரேறிக்குதித்து ஓடிவிட்டனர்!

மாத்திரை வில்லைகள் என்னவென்ன
பணிகள் செய்யுமென உங்களுக்குத் தெரியும்தானே!
முழுசாய் வளராத பாதிப் பிண்டத்தைக்கூட
ரத்தமும் சதையுமாய் வெளித்தள்ளிவிடும்!

கடந்த கோடைக் காலத்தில்
அக்னிவெயிலுக்காய் பயந்து
தண்ணீர் தொட்டியினுள்ளும்
மரநிழலிலும் பதுங்கியிருந்தேன்.
அக்னி வெயில் இந்த வருடமும்
வந்திருக்கிறது சொல்லிக் கொண்டே.
நானோ மரமாகியிருக்கிறேன்
நிழலில்லாமல்.

இந்த வல்லூறுகளைப் பாருங்கள்
தன் குஞ்சுகளையே இறகுக்குள்ளே
தள்ளி நசுக்கி நசுக்கி கொன்று விட்டு
ஒன்றுமறியாதது போல பனை உச்சிகளில்
அமர்ந்திருக்கிறதை!

கவிதை என்று நினைத்துக் கொண்டால் தப்பிதமேதுமிலை!

ஹமாம் சோப்பில் பல் துலக்குபவளும்
கோல்கேட் பேஸ்ட்டை சோப்பு போல
பயன்படுத்துபவளுமான திருமதி.கோமதியை
அவரது வீட்டிற்கு சந்திக்கச் சென்றிருந்த என்னை
அவரது கணவர் திரு.ராபர்ட் வரவேற்று அமர வைத்தார்.

தன் துணைவியார் குளித்துக் கொண்டிருப்பதாகவும்
வெளியில் வரும் நேரம் தான் என்றும் சொன்னார்.
அன்றைய தினச் செய்தித்தாளில் வந்திருந்த சில பல
விஷயங்களைப் பற்றிப் பேசிக்கொண்டே
நேரமும் போனது தெரியவில்லை!

ஒரு சில நாட்களில் குளியலறைக் குழாய் வழியே
திருமதி. கோமதி தன் அலுவலகத்துக்குச்
சென்று விடுவார்! என்று திரு.ராபர்ட் சொல்ல
நான் விடைபெற்று வீட்டினுள் சென்றேன்.

என் ஊர்

எங்கள் ஊரில் எந்தப் படுகொலைகளும் நிகழவில்லை.
எங்கள் ஊரில் எந்த துவக்குகளும் வெடிக்கவில்லை.
எங்கள் ஊரில் எந்த சப்பாத்துக் கால்களும் கூட்டமாய் நகரவில்லை.
எங்கள் ஊரில் எந்தக் கர்ப்பிணிகளும் பலாத்காரம் செய்யப்படவில்லை.
எங்கள் ஊரில் பதுங்குக் குழிகள் ஏதுமில்லை.
எங்கள் ஊரில் விமானங்கள் குண்டு மழை பெய்வதில்லை.
எங்கள் ஊரில் எந்த மயிராண்டியும்
கத்தியெடுத்துக் கூட வெட்டுவதுமில்லை.
இதெல்லாம் ஒரு ஊரா?

அப்புறம் எப்படிடா கள்ளத் தோணியில்
புலம் பெயர்ந்து போசி கழுவி
இலக்கியம் படைப்பது நாங்கள்?

லட்சணம்

எங்கள் ஊரில் தண்ணீருக்குத் தட்டுப்பாடு
என்றொருவன் முகநூலில் பதிவிட்டால் தான்..

எங்கள் ஊரில் பெண்களுக்குத் தட்டுப்பாடு
அதனால் திருமணம் அமையவில்லை என
ஒருவன் முகநூலில் பதிவிட்டால் தான்...

எங்கள் ஊரில் கள்ளக்காதலில் இருவர் மரணம்
என யாரேனும் பதிவிட்டால் தான்...

கணவன் குத்திக் கொன்ற மனைவியை
தினச்செய்தித்தாளின் புகைப்படத்தில்
பார்க்கையில் தான்...

இந்த உலகின் லட்சணங்கள் அவ்வப்போது
தெரியவருகிறது என்னைப் போன்றே உங்களுக்கும்!

முந்தைய மனிதன்

மற்றொருவன் பிச்சையெடுப்பதற்காக
நான் தெருவில் பாடல்கள் பாடுகிறேன்
சாலையில் ஓவியம் வரைகிறேன்
தெருவில் கயிறு மீது நடக்கிறேன்
தெருவில் தீப்பிடித்த டயரினுள் தாவுகிறேன்.
பயணிகள் பத்திரமாய்ப் போய்ச்சேர
பேருந்தினுள் கியர் போடுகிறேன்
இப்படி மற்றவர்களை பத்திரப்படுத்தும் பணியை
நினைவு தெரிந்த நாளிலிருந்து செய்கிறேன்.

உனக்கென்று யாரும் எதுவும் செய்வதில்லையா?
என்றே கேட்கிறீர்கள் நீங்கள்.
அப்படியொரு கேள்வியொன்று இருப்பதுபற்றி
என் முன்னோர்கள் சொல்லித்தரவில்லை.

ஹனிமூன்

இந்தக் கோடை வெயில்
சும்மாயிருக்காமல் சாலையில் சென்ற
புதுமணத் தம்பதியினரை அப்படியே
அலாக்காய்த் தூக்கி வேப்பை மர
நிழலுக்குள் வீசியெறிந்திருக்கிறது.
புது பைக்கின் பம்பர் வளைந்து
விட்டதாய் புலம்பிக் கொண்டிருந்தான்
புதுக்கணவன்.
வீதியில் வருவோர்
யாருமில்லை என்பதையுணர்ந்த புதுமனைவி
பாய்ந்து அவனைக் கடிக்கத் தயாரானாள்.

பேச்சு

எம்பட வூட்டுக்காரனை என்னுமோ நான் தான்
கொன்னு போட்டதா எழவுக்கு வந்த
சனமெல்லாம் பேசுறதா சேதி கேட்டு வந்த
தங்கச்சிக்காரி குசுகுசுன்னு சொன்னா!

அவந் தண்ணி போட்டே கொடலு வெந்து
செத்தான்றது யாருக்குத் தெரியாமக் கெடக்குன்னுல்லொ
நானு நெனச்சிருந்தேன். ஊர்ல இருக்கவன் பூரா
அவன்ட்ட வாங்கிக் குடிச்ச பாவத்துக்கு ஊடு ஏறி வந்து
பேசுறானுங்க பாரு பேச்சு!

ஊட்டுக்குள்ளார பொணம் கெடக்கேன்னு பாக்கேன்
இல்லீன்னா இவனுங்கள ஒரு புடி புடிச்சிருப்பேன்.
மாவாளியத்தா! இவனுக்கு ஆக்கிப் போட வந்து, சேலயு
தூக்கீட்டு கெடந்து கண்டது தானென்ன? அம்மான்னு
கூப்புடறதுக்கு ஒரு புள்ளையுண்டா? உக்கோந்து
ஆக்கித்திங்கறக்கு சொத்து உண்டா? வேல வெட்டி
இல்லா குடிகார கேப்மாரிக்கி கட்டிக் குடுத்துட்டு
ஆயாக்காரி போயிச் சேர்ந்துட்டா! அவங்குடிக்கி
அவன் சம்பாதிச்சு குடிச்சு செத்தவனை சீக்கிரமா
தூக்கிட்டுப் போங்கடா!

எம்மேல பழி
போடறதா இருந்தா இன்னிக்கி ஒரு நாளைக்கிப் போடுங்க!
நாளைக்கி பாருங்க, பேசுனவன் நாக்கையெல்லாம்
இழுத்துப் புடிச்சு சூரிக்கத்தில அறுத்துடறேன்.
கோமலவள்ளின்னா கொக்கா!

சாக்குப் போட்டி

இந்தக் கடவுளோடு எனக்கு எப்போதும்
தொந்தரவு தான். சாக்குப் பையுனுள் இரு
கால்களையும் விட்டு சாக்கின் முனையைக் கையால்
பிடித்துக் கொண்டே எல்லைக்கோடு நோக்கி
தத்தித் தத்தி ஓட வேண்டும்.
அந்த விளையாட்டுக்கு
எப்போதுமென்னைத் தேர்ந்தெடுத்து
அழைத்துக் கொண்டேயிருக்கிறார்.
கொஞ்சம் சலிப்பாயிருந்தாலும் எப்போதும்
வெற்றியின் எல்லைக்கோட்டைக் கடவுளுக்கும்
முன்பாகவே தொடும் நான்
இந்தமுறை அவர் போட்டிக்கு அழைத்ததும்
முடிவெடுத்து விட்டேன்.
கடவுளை இந்தப் போட்டியில்
வெற்றிபெறச் செய்து விடுவதென!
என் முகரக்கட்டையைப்பார்த்துக் கடவுள்
உணர்ந்து கொண்டார் போலும்.
நமக்குள் எப்போதுமினி
சாக்குப்போட்டி கிடையாதெனச் சொல்லிச் சென்று விட்டார்.

வாசகர் நேர்காணல்

வெகுதூரம் பிரயாணப்பட்டு வந்த
வாசகர் ஒருவர் வந்தமர்ந்தவுடன்
ஜெயமோகனைத் தெரியுமா? என்றார்!
திடீரென என்னையே மறந்துவிடும்
பெருவியாதியில் பீடிக்கப்பட்ட நான்
எஸ்ரா-வை மட்டும் தெரியும் என்றேன்!
எஸ்ரா-வை அவருக்குத் தெரியாது போல!
'சக படைப்பாளியைத் தெரியாத நீங்க
எல்லா என்ன எழுத்தாளரு?' என்றார்.
'என்னாது நான் எழுத்தாளனா?' என்றேன்.
'பின்ன கூலித்தொழிலாளியா நீங்க?' என்றார்.

எனக்கு ஜெயமோகனைத் தெரியுமென்றேன்!
'நீங்க இந்த கம்பெனில எத்தனை வருசமா
குப்பை கொட்டறீங்க?' என்றார்.
அவருக்கும் திடீர் மறதி பெருவியாதி
இருப்பதையுணர்ந்தேன்!

செண்டிமெண்ட் டச்

நூறுநாள் வேலைத்திட்டத்தில் சாலையோரம்
பில் செதுக்கும் ஆட்களுக்குள் எப்போது அந்த வழக்கம்
துவங்கிற்றென்று தெரியவில்லை.
நூறாவது கடைசி நாளை
சந்திக்கும் நபர் சகபணியாளர்களுக்கு
மிட்டாய் வழங்கி மகிழ்ச்சியுறுவது.
பிரியாமணி தன் நூறாவது நாளில்
வீட்டிலிருந்து நூறு பஜ்ஜிகள்
சுட்டெடுத்து வந்து கொடுத்தாள்.
வசந்தாமணி தன்நாளில்
அவள் மரத்திலிருந்து பறித்த நூறு
கொய்யாப்பழங்களைக் கொண்டு வந்து கொடுத்தாள்.
புவனேசுவரி இளம் விதவை.
அவள் மாமியாரோ நோயாளி.
கட்டிவந்த மாரன் ஒருவருடத்திற்குள்
விபத்தொன்றில் போயிருந்தான்.
அவள் ஏதேனும் கொண்டு
வந்ததற்கான அறிகுறிகள் தெரியவில்லை மற்றவர்களுக்கு.
'அட ஒருரூவா சாக்லெட்டாச்சிம் வாங்கி கொணாந்திருக்கலா!'

மாலையில் பணிமுடித்துக் கிளம்புகையில் தன் சட்டியில்
முடிச்சு போட்டு வைத்திருந்ததைப் பிரித்து ஆளுக்கு
ஐந்து ரூவா காசுகளைக் கொடுத்தாள் புவனேசுவரி.
உண்டியலை உடைத்தெடுத்து வந்தாளாம்.

பேய்க்கவிதை

பேய்னா எங்கப்பாரு கடேசி
காலம் வரைக்கிம் பயந்துக்கும்!
சாமத்துல தடியத் தூக்கிட்டுப் போயி
வரஓலைய சாத்துவாரு!
பேய்னா பயமில்லாத மாதிரி
எங்கப்பன் சத்தமில்லாம படுத்துக்குவாப்ல!
பேய்னா எனக்கு பயம் சாஸ்தி!
பள்ளியோடம் போறப்ப மங்காங்காட்டு
கெணத்த தாண்டறக்குள்ள எனக்குக்
காது அடச்சிக்கும்! பேயிக்கி பயந்துட்டு
எங்க மாப்ள சாமத்துல வாசல்லயே
உச்சா அடிச்சுட்டு வந்து கவுந்துக்குவாப்ல!
தி கஞ்சூரிங் பாக்குறப்ப நம்ம சன் எனக்குப்
பொறவுக்கே ஒட்டியொட்டி நின்னு
எட்டிப் பாத்துக்கிட்டான்!
'காஞ்சனா
இன்னிக்கி போடறாங்கப்பா!' என்று ஊர் முழுக்க
இலவச விளம்பரம் செஞ்சுட்டு
படம் ஓடறப்ப ஆளு
காணாமப் போயிடுவான்!

ஆக மொத்தத்துல பேய்னா.... நம்ம
வீட்டம்மிணி மட்டும் தான் பயக்குறதேயில்ல!
வீட்டம்மிணி இருக்குற பக்கமா அதுக
தலை வச்சுக்கூட படுக்கறதுமில்ல!

கிழக்கு சிவக்கவில்லை

இந்தக்குருவிகளின் குளியல்
சாலையோரத்தில் தேங்கி நிற்கும்
சின்ன குட்டையில் நடந்தேறுகிறது!
சற்றுமுன் குளியலை முடித்த காகமொன்று
வேப்பையின் கிளையில் அமர்ந்து
கொஞ்சமேனும் தன்னை உலர்த்திக் கொள்கிறது!
முக்குழிச்சான் கோழி தனக்கான
துணை எதுவுமின்றி பாறைக்குட்டையில்
எந்த நேரமும் குளித்துக் கொண்டேயிருக்கிறது
என்றேனும் ஒருநாள் சிவப்பாகி விடுவேனென்ற
நம்பிக்கையில்!
மழை நின்ற இரவில் இவைகளெல்லாம்
இத்தனை காலம் எங்கிருந்தன? என்பது போல்
எல்லா விஷப்பூச்சிகளும் சாலையில் சுற்றுகின்றன
புழுக்கம் தாங்காமல்!
இந்த மழைக்கு ஒன்பது எருமைத் தேள்கள்
தினம் ஒன்றாய் கொல்லப்பட்டதும் நிகழ்ந்து விட்டது!
அவைகளுக்கான இறப்பு வந்து விட்டது
என்கிறபோது தான் மற்றவர் கண்ணுக்கே
படுமாம்! என்று தத்துவம் சொல்லிச்
செல்கிறாள் இல்லத்தரசி! இவையெல்லாம் போக
பெயர்தெரியா பூச்சிகளின் உருவ அமைப்புகள்
பயமுறுத்தும் விதமாய் இருந்தன! பழைய வீட்டின்
விட்டத்தில் வளரும் இரு சிட்டுகளுக்கு அரிசி
மணிகளைக் காலையில் இடுகையில் மூக்கில்
வேர்த்து விட்டது போல அந்தக் காகங்களும்
வந்தமர்ந்து விடுகின்றன வயிற்றை நிரப்பிக் கொள்ள!

கிழக்கில் சிவந்த விடியல் அதோ வருகிறது என்றே
முடியும் எழுபதுகளில் என் தந்தை எழுதிய சிவப்புக்
கவிதைகள் சிலவற்றை வாசித்துக் கொண்டிருக்கிறேன்!

இன்னமும் கிழக்கு சிவக்கவேயில்லை என்ற வருத்தமுடன்! குருவிகளில் ஆரம்பித்து சிவப்பில் முடிப்பதுவும் கூட கவிதைகளில் சேர்த்தி தான் இப்போதைக்கு!

நடத்தை சரியில்லாதவள்

சொற்கள் சிலவற்றை அவள் எல்லோர் மீதும்
அடிக்கடி வீசுவதால் எல்லோரும் அவளை
நடத்தை சரியில்லாதவள் என்றார்கள்!
அவள் வீட்டில் புனுகுப்பூனைகள் இரண்டும்
குட்டிகளை ஈன்றிருப்பதாகவும் அவற்றில்
இரண்டை அவை உயிருடனே சாப்பிட்டதாகவும்
அவள் வீடு போய் வந்தவர்கள் சிலர்
காலையில் டீக்கடையில் பேசினார்கள்!
தவிர பொம்மி என்ற பெட்டை நாய்
அவள் வீட்டு வாசலில் காவலுக்கு இருப்பதாகவும்
அதற்குக் குலைக்கத் தெம்பில்லாத
வயதாகி விட்டதாகவும் திண்ணையில்
ஆதிமனிதன் போல ஒருவன் கட்டிலில்
கிடப்பதாகவும் அவனே அவள் கணவனாகவும்
இருக்கலாமென்று வறுக்கி கடித்தபடி பேசினார்கள்!
தலையில் பூச்சூடி குடை பிடித்து அவர்களை
அவள் கடந்து செல்கையில் பின்புறம் பார்த்துப்
பெருமூச்சு விட்டவர்கள்
அவள் குழந்தை ஈன்று கொள்ளாததற்கு
காரணம் கர்ப்பப்பையில் ஓட்டை என்றார்கள்!

நடத்தை சரியில்லாதவளைப் பற்றிக்
காலையில் பேசினால் பொழுது
வெளங்கினாப்புல தான் என்று கூறி பின்
அவரவர் பாட்டுக்குக் கிளம்பினார்கள்

சொல்லுவார்கள் மக்கள்!

இந்தப் பா நல்லாவே இல்லையென நீங்கள் எல்லாரும் சொல்லித் தருவீர்கள் பார்த்த ஆட்களிடமெல்லாம்! அவர்களும் நீங்கள் நாற்றமெடுத்த ஒன்றைப் பற்றி நேற்று மாலையில் பேசியதாக பின் எல்லோரிடமும் உங்கள் தலை தின்று சொல்லிக் கடப்பார்கள்! இப்படியாக அந்தப் பா ஊர்முழுக்க பாடப்பட்டுக் கொண்டிருக்கும்!

அந்தப் பா-வில் வந்த குறுந்தாடிக்காரனுக்கு அவனது குறியில் ஒரு சூரிக்கத்தி இருந்ததாக அவனால் குறி குதறப்பட்ட மங்கை ஒருத்தி விசாரித்த காக்கி உடுப்புகளிடம் சொல்லியிருந்தாள்! மேலும் அவன் கைவிரல்களில் அனைத்திலும் ஆக்ஸா பிளைடுகள் இருந்தனவென்றும் அவைகளால் தான் என் உடைகளையும் என் மார்புகளையும் கிழித்தானென்றும் அவள் உதட்டின் வழியே ரத்தம் கசிய, விட்டு விட்டு சம்பவத்தை சொல்லிக் கொண்டிருந்தாள் ஏதாவது அவர்கள் செய்வார்கள் என்றெண்ணி! ஆம்புலன்ஸ் வருவதற்குள் அவளைப் பத்திரிகையாளர்கள் பல கோணங்களில் புகைப்படமெடுத்து அவை தெளிவாகப் பதிவாகியிருக்கிறதா? என்று மரத்தடியில் நின்று செக் செய்து கொண்டிருந்தார்கள்!

”இந்த இடம் ரொம்ப வலிக்கிறது!” என்று வயிற்றைக் கெட்டியாகப் பிடித்துக் கொண்டே அந்தப்பெண் சுருண்டு படுத்தவள் அப்புறம் வலி இருப்பதாக அவர்களிடம் முறையிடவில்லை பின் எப்போதும்! பின்னர் ஆம்புலன்ஸில் சைரன் ஒலிக்க அவள் செல்லுமிடம் அவளுக்குப் பின் எப்போதும் தெரியாமலே போயிற்று!

பட்டிக்காட்டு முட்டாய் கடை

நம்ம மாப்ளைக்கி என்ன தெரியுஞ் சொல்லு
அவம்போயிப் பண்றான் அஞ்சாறு.
குடி மட்டுந்தா அவங்கிட்ட பெரிய வீக்னெசு.
பொஞ்சாதி எவங்கூடயு நின்னு பேசிடப்புடாது
எவுனும் பொஞ்சாதி போனுக்கு பண்டிடப்புடாது
கண்ணுச்சூட்டுக்குள்ள வெச்சு காக்குறானாம் பொஞ்சாதிய
பாக்குறவனெயெல்லா அந்த மவொ
அண்ணா லொண்ணான்னு தா வாத்தைக்கொருக்கா
போட்டுப் போட்டுப் பேசுறா.
கூடவே நின்னுருப்பான் மாப்ளெ.
அண்ணம் போனதீம் புடிச்சுக்குவான் கச்சேரிய.
'அவனினி நம்பூட்டுப்பக்கம் வரப்புடாது பாத்துக்கொ
வாயக் காதுவரெ வெச்சுட்டு நாயமசுரு பேசுனா
அவன் வரத்தான் செய்வான். அண்ணாவாம் அண்ணா
அவம் பாக்கான் அப்பப்ப உன் இடுப்பெ மாரெ.'

'அட ஈனப்பய மவனே! எவங்கூடப் பேசுனாலும்
அவங்கூட படுக்கறதாடா எம்பட வேலெ?
நீ எவனாச்சி ஊட்டுக்குப் போனா அப்புடித்தா பாப்பியா?
உம் பொறவுக்கே தான நாளு முச்சூடுஞ் சுத்துறேன்
அந்தண்ண பாவம்டா.
அப்புடித்தா அந்தண்ணங்கூட
படுத்தா உன்னால மசுரயாடா புடுங்க முடியு?
கொன்னு போடுவியா? கொல்றா பாப்போ!
ஊருல இல்லாத அதிசீமா கல்யாணம் பண்டீட்டானாம்"

ஏதேனும் செய்ய

இந்த மழையில் ஏதாவது செய்ய வேணுமென
எல்லா இல்லத்தரசிகளும் ஆசை கொள்கிறார்கள்!
ஒருத்தி சுண்டல் வேகவைக்க ஆசை கொள்கிறாள்!
ஒருத்தி பஜ்ஜி சுட ஆசை கொள்கிறாள்!
ஒருத்தி சரக்கு போட ஆசை கொள்கிறாள்!
ஒருத்தி மழை ஈரத்திற்கு காதலனைக்
கட்டிக் கொள்ள ஆசை கொள்கிறாள்!
ஏதுமறியா இல்லத்தரசன் அரை கட்டிங் போட்ட பிறகு
கள்ளக்காதலியை அலைபேசியில் அழைக்கிறான்!
கொஞ்சம் சளி! என்று இருமிய கள்ளக்காதலி நாளைக்குப்
பார்க்கலாம் என்கிறாள்! இந்த வாழ்வு ஏகதேசமாய்
நாசமானது குறித்து மழையில் நனைந்த வண்ணம்
பிதற்றத் துவங்குகிறான் இல்லத்தரசன்!

பரிசு

ஒரு புத்தகத்தை வாசிக்கத் திறந்தால்
உன் வீட்டுக்குள் நுழையலாம் நான்.
எப்போதேனும் உன்னையும் சேர்த்துக்கொண்டு
பறக்கலாம் வானில் நான்
அந்தப் புத்தகத்தை வாசித்தபடி!

நாளையோ நாளை மறுநாளோ
என் பிறந்த நாளுக்கு முந்தின தினமே
நீ எனக்காக கொரியரில் அனுப்பிய
யானைக்குட்டி என்வசம் வந்துவிடும்
இந்தப் பிறந்த தினம் ஒரு யானையுடன்
கழிவதை நினைக்கையில் பிரமிப்பாகவும் இருக்கிறது!
நீ வேறு சிறகுகள் முளைத்த யானை அதுவென்று
சொல்லப்போக எப்போதேனும்
எனைவிட்டுப் பறந்தும் போய்விடலாமோ
என்ற ஐயப்பாடும் கூடவே இருக்கிறது!

வைரஸ் கவிதைகள்

எதற்கும் கொஞ்சம் அடக்கிக் கொள்ளுங்கள்
உங்களின் அழுகையை.
எல்லாமும் விளக்கமாய் சொன்னவர்கள்
இதையும் சொல்லாமல் விட்டிருக்கிறார்கள்.
நான் உங்களுக்காக கிராம பஞ்சாயத்தில் பேசிவிட்டேன்.
அவர்கள் யூனியனில் பேசி நகராட்சியில் என்ன
பதிலைக் கொடுப்பார்களோ அதன் பிரகாரம்
நடந்து கொள்ளச் சொல்லியிருக்கிறார்கள்.
அவர்கள் அனுமதி கொடுத்த
பிறகு நீங்கள் பொது இடத்தில் நின்று
கூட்டமாக ஒப்பாரியை துவங்கலாம்.
அது வரை அடக்கிக் கொள்ளுங்கள்
உங்கள் அழுகையை.

ஞாயிற்றுக்கிழமையைக் காணவில்லை என்று
பெரிதாக புகாரைத் தூக்கிக் கொண்டு வந்து விட்டான்.
திங்கட்கிழமையும் காணாமல்தான்
போனால் என்ன வீட்டினுள் கிடப்பவனுக்கு?

அவநம்பிக்கைகள் சூழ்ந்து கொண்ட
வாழ்வினுடைய நாட்களை ப்ரேக்கிங் நிவிஸ்
பார்த்தபடியே உச்சுக் கொட்டிக்கொண்டு
வயிற்றுப்பசிக்கு சுடுகஞ்சி குடிக்கிறோம்.
உப்பு அதிகமாய்..
இல்லையில்லை.. உப்பே இல்லை..
ஒன்றும் தெரிவதில்லை இந்த நாக்கிற்கு!

மீளவே முடியாத நாட்களின்
இறுக்கமான பிடியில் சிக்கியிருக்கும் நான்
எனது ஒவ்வொரு நாளின் கனவுகளையும்
இரவில் இடுகாடு வரை சென்று
குழிதோண்டிப் புதைத்து விட்டு திரும்புகையில்

தொடுப்பு ❀ 45

யாருமற்ற சாலையில் சம்மணமிட்டமர்ந்து
மம்பட்டியை சுத்தம் செய்கிறேன்..

இந்தக் கவிதை இப்போதைக்குப்
பெருநகர சந்திப்பில் ஊர் ஊருக்கு
நின்று போகும் பேசஞ்சர் ரயிலாய்
மாறியிருக்கிறது. இது காதலர்களுக்கான
பிரத்யேக பேசஞ்சர் ரயில். ஊரடங்கு நாட்களில்
சில தளர்வுகள் வருகையில் இந்த ரயிலை
இயக்கும்படி காதலர்கள் கேட்டிருந்தார்கள்.
ஒவ்வொரு ஊரிலும் ஏறும் காதலர்களிடம்
கட்டணங்கள் ஏதும் வசூலிப்பதில்லை
என நிர்வாகம் அறிவித்திருக்கிறது.
காதலர்கள் நிரம்பியபின் இயல்பு வாழ்க்கைக்கு
உலகம் வரும் வரை இந்த ரயிலானது
எங்குமே நிற்காமல் தண்டவாளங்களில்
ஓடிக்கொண்டேயிருக்கும் என்ற ஒரே ஒரு
நிபந்தனையுடன் இன்றிரவு 9.30-க்குப்
பெருநகர சந்திப்பிலிருந்து இந்த ரயில் புறப்படுகிறது!

சந்து சந்தாய்
வீதி வீதியாய்
சுற்றிச் சுற்றி சுற்றிச் சுற்றி..
சுற்றிச் சுற்றி..
திருடி வந்தது போல
வீடு சேர்ந்து பையைக் கொடுக்கையில்
கேள்வி எழுகிறது
இப்படியெல்லாம்
பயந்து பயந்து சோறு திங்கத்தான் வேணுமா?

தலைவர் வாழ்க

தலைவர் எந்த நேரமும் மக்களைப்பற்றியே
சிந்திப்பதால் தலைக்குடைச்சலில் அவதியுறுபவராகவும்
மக்கள் நாளொன்றுக்கு ஒருவேளை உணவு
மட்டுமே உண்பதாய் புலனாய்வு அதிகாரிகள்
சொல்கையில் துக்கம் பீரிட்டுக் கதறுவதாயும்
அவ்வப்போது அவரது நாற்காலியை சுத்தப்படுத்தும்
நம்பிக்கையான அடிவருடிதெரிவித்தான்.

போக
தலைவர் இரண்டு மணிநேரத்திற்கு ஒருமுறை
சானிடைசர் உபயோகித்துக் கைகளை
சுத்தப்படுத்திக் கொள்வதாகவும்
பாத்ரூமில் கால்மணிநேரம் நின்று கைகளைச்
சோப்புக்கட்டியால் கழுவிக்கொள்கிறாரென்றும்
நம்பத்தகுந்த வட்டாரங்கள் தெரிவிக்கின்றன!

தலைவர் செய்தியாளர்களைச் சந்திக்க வருகையில்
கபசுரக்குடிநீர் அருந்திவிட்டு மாஸ்க் அணிந்து தான்
வருகிறாரென தொண்டர்கள் தெரிவிக்கின்றனர்.

தலைவர் எந்த நேரத்தில் எதைச் சொல்லப்போகிறாரென
கூடவே சுற்றும் அல்லக்கைகளுக்கும் தெரிவதில்லையென்ற
கூப்பாடும் அவரது இல்லத்திலிருந்து கேட்பதாய் தெருவோரத்தில்
வசித்திருக்கும் குடும்பமொன்று கூறிற்று!

தலைவர் நமக்காக எதையும் செய்ய
24 மணிநேரமும் அயராது பாடுபட
வாக்களித்த, வாக்களிக்காத அனைவரின் நலனுக்காகவும்
பாடுபடத் தயாராய் இருக்கிறார் என்றே
நாம் நம்பிக்கையை வைப்போம்!

தலைவரின் செயல்கள் எதுவும் செரியில்லையென தூற்றுவோர்கள் பேசமறந்து ஊமைகளாகட்டும்! தலைவரையும் தொற்று பிடித்து ஒரு ஆட்டு ஆட்டாதா என விரும்பும் தொண்டர்களின் எண்ணம் செத்து மண்ணோடு மண்ணாக நாம் குலதெய்வக்கோவிலில் தீபமேற்றி வேண்டுவோம்!

கொரோனா வைரஸ் ஒழிக! தலைவர் வாழ்க!

நம் பயணம்

பசியை நாக்கில் தொங்க விட்டபடி நாற்கரச் சாலையை
நக்கிச் சென்று கொண்டிருக்கும் அந்த நாய் எங்கள் வீட்டில்
வளர்க்கப்பட்ட நாயல்ல!

ரயில்வே தண்டவாளத்தில் கற்களைக் கொத்தி
உண்டபடியே சென்று கொண்டிருக்கும் அந்தக் கோழி
எங்கள் வீட்டில் வளர்க்கப்பட்ட கோழியல்ல!

சல்லிக்கற்கள் தனக்கான உணவல்ல
என்பதையறிந்த வெளிமாநிலக் கோழி அது!
அது போலத்தான் அந்த நாய்க்கும் தெரியும்
தார்ச்சாலையை நக்கியபடி சென்றால் பசியாறாதென!

இரண்டும் தங்கள் மாநிலத்துக்கு வேறு வேறு
பாதையில் பயணப்பட்டு சென்றுவிட முயற்சிக்கின்றன.

இங்கு எதுவும் எங்களைக் கேளாமல் எப்படி நிகழலாம்?
தன்னிச்சையாக எந்த விலங்கினமும் இங்கே செயல்படக்கூடாதென
படித்துப் படித்து சொல்லிக் கொண்டிருக்கிறோம் அதைக் காதிலேயே
வாங்கிக் கொள்ளாமல் என்ன நடக்கிறது இங்கே?

அமைதி கொள் கோழியே! என் அருமை நாயே!
செல்லவிரும்புமிடத்திற்குக் கூடிய சீக்கிரம்
ரதத்தில் பயணிக்கச் செய்கிறோம்!

நல்லோர்கள் வாழ்வைக் காக்க!
தலைவரையும் தலைவரின் எல்லா
திரைப்படங்களையும் அவனுக்குப் பிடிக்கும்.
வீட்டிலேயே இருங்கள் என்று அரசு
அறிவித்த பிறகு மனைவிக்கு உதவியாய்
சமையல்கட்டில் நின்றிருந்தவன் நாட்கள்
நகர நகர தனித்தே சமையல் கட்டில்
நின்றுவிட்டான்.

மனைவியும் அம்மாவும் தாயக்கரம்
ஆடிக் கொண்டிருக்க சமையல் முடித்த
கையோடு டிவி பார்க்கத்துவங்கினானவன்.
தலைவரின் புதிய படம் போட்டிருக்கிறார்கள்.
இதைத்தான் தியேட்டரில் இரண்டாம் நாளே
சென்று பார்த்திருந்தான்.

தலைவர் படம் வெளியாகிற பழைய நாட்களில்
கூட்டமாய் தியேட்டரில் ரசிகர்களோடு அமர்ந்து
லாட்டரி டிக்கெட்டுகளை சுக்குநூறாய்க் கிழித்து
திரை நோக்கி வீசி மகிழ்வான்.
தலைவர் டொக்காகி விட்டாரோ?
அன்று தியேட்டரில் எண்ணி பதினொரு பேர் தான்
தலைவரைப் பார்க்க அமர்ந்திருந்தார்கள்.
தலைவர் திரையில் முதலாகத் தோன்றும் காட்சியில்
இவனாக விசில் போட்டான்.

'நான் சீக்கிரம் வருவேன்' என்று தலைவர் சொன்னபோது
இவனுக்கு மீசை நரைக்காமல் இருந்தது.
இப்போது தலைவரைப் போன்றே மீசைக்கும்
டையடிக்கத் துவங்கி விட்டிருந்தான்.
டிவியில் செய்தி சேனல் பக்கமும் சென்றான்.
தலைவர் மத்திய அரசுக்கும், தமிழ்நாடு அரசுக்கும்
எத்தனை கோடிகள் கொடுத்தாரென இவனுக்குத்
தெரிந்து கொள்ள ஆர்வமாயிருந்தது.
தலைவர் விளக்குப் பிடித்து விட்டு வீட்டினுள்
கையசைத்தபடி சென்றார். இவனும்
கையசைத்தான் தலைவருக்கு.

திரைப்படத்திற்கே திரும்ப வந்தான்.
'வந்துட்டேன்னு சொல்லு' என்றார் தலைவர்.
டிவியை நிறுத்தி விட்டு சோகமாய்ப் போய் கட்டிலில் சாய்ந்தான்.

அலைபேசியை எடுத்து நண்பர்களுக்கு
சொல்லிக் கொண்டேயிருந்தானவன்.
'தலைவரு உண்டுனா ஒரு தொகையைக்
குடுத்துட்டு வெளிய காட்டிக்க விரும்பலன்னு
சொல்லிட்டாராம்!'

ஏன் வந்தீர்?

வேறு வழியேதுமில்லை.
அவர்களுக்கு இப்போது தான்
பயம் தொற்றிக்கொண்டிருக்கிறது.
சட்டியில் இருந்தால் தானே ஆப்பையில் வரும்
என்றும் தெரிந்து விட்டது.
இங்கு சம்பாதித்துத்தான் ஊருக்கு
அனுப்பிக் கொண்டிருந்தார்கள் அவர்கள்.

இத்தனை வருடங்கள் மாடாய் உழைத்தும்
முதலாளிகள் கை விரித்து விட்டார்கள்.
தங்கியிருந்த அறைகளில் எத்தனை நாட்கள்
தான் ஈரத்துணியை வயிற்றுக்குக் கட்டிக் கொண்டு
படுத்துறங்குவது?

நாளுக்கு நாள் தொற்றெண்ணிக்கை கூடிக்
கொண்டேயிருக்கிறது.
ஊருக்குச் செல்லப் பேருந்தையோ,
ரயில் வண்டியையோ கேட்பதற்கும்
வைரஸ் பயத்துடன் சாலையில் அமர்ந்து
போராட வேண்டியிருக்கிறது.

அதிகாரிகள் அப்போதைக்கு சமாதானப்படுத்தி
அறைக்குள்ளேயே போய் படுத்துறங்குங்கள்
என்று சொல்கிறார்கள்.
நாளையும் அவர்கள் சாலைக்கு வந்து
நின்று 'அனுப்பி வையுங்கள் எங்களை'
என்று கேட்பார்கள். - ஒட்டு மொத்தக்
குரல்களும் நாளை மீண்டும் சாலை நடுவே
உங்களுக்குக் கேட்கையில்
'யாரைக் கேட்டு வந்தீர்கள்?' என்று மட்டும்
கேட்டு விடாதீர்கள்!

துக்கத்தின் தனிமை

என்னை நானே தனிமைப்படுத்திக் கொண்டேன்
எனத்தான் நினைக்கிறேன்!
வெளியில் வீணாய்ச் சுற்றாதீர்கள் என்று அறிவித்திருக்கிறார்கள்.
நான் வீணாய்ச் சுற்றும் மனிதன் தான்.
ஒரு ப்ளாக்டீ குடிப்பதற்காகவே குறுநகர் நோக்கி
கிராமத்திலிருந்து எனது வாகனத்தில் தினமும்
சென்று வந்தவன் தான் நான்.
இனி நான் எப்போதும் செல்லும் மலையாளத்தான்
பேக்கரிக்கு செல்லவே முடியாது போலிருக்கிறது!
எப்போதேனும் மாடியிலிருக்கும் எனதறையிலிருந்து
இயற்கை உபாதையை நீக்கிக் கொள்ள வெளிவருகையில்
வானில் இருக்கும் நட்சத்திரக் கூட்டங்களில்
ஒருசில மின்னிக்கொண்டு கீழ்வந்து வீழ்ந்து மடிகின்றன.
சில தங்களை எவ்விதமேனும் மறைத்துக் கொள்கின்றன.
நோய்த்தொற்று எப்படிப் பரவுகிறதென இன்னமும்
யாருக்கும் தெரியவில்லை! -உயிரோடிருக்கிறேன்
என்பதை வாழ்ந்துகொண்டிருக்கிறேன் என்று
அலைபேசியில் அடுத்தவர்களுக்கு சொல்லி மகிழ்கிறேன்.
அரசாங்கம் என் வீட்டு வாசலில் ஒரு மாயக்கோட்டை
வெள்ளை நிறத்தில் இழுத்து விட்டிருக்கிறது.
அதைத்தாண்டி விட கால்கள் துடிக்கின்றன.
சும்மாவே யாரோ என்மீது துயரங்களைத் திணித்து விட்டு
கிடடா இப்படியே! என்று போய்விட்டார்களோவென
அச்சமாயிருக்கிறது! உனக்குப் பசியெடுக்கிறதா? என்று
கேட்கவேணும் யாராவது என் வாசலுக்கு வருவார்களாவென
கதவைத்தாழிடாமல் விட்டு வைத்திருக்கிறேன்.
வானத்திலிருந்த இருட்டு முழுவதும் ஒருநாள் கதவை
நகர்த்திக் கொண்டு வீட்டினுள் வந்து விட்டது!
அதை நோக்கி 'எனக்குப் பசியாயிருக்கிறதென'
சொல்லத்தான் முடியவில்லை!

மிருதங்கம் வாசிக்கப்படத்தான்

மீதமிருந்த கபசுரக்குடிநீரை ஒரே மடக்கில்
குடித்து முடித்து டம்ளரை வைத்தானவன்.
தூரத்தில் எங்கோ ஒரு பெயரறியாப் பறவை
மிகப் பரிதாபமாகக் கத்திவிட்டுச் சென்றது.
மதியம் உணவுக்கு முட்டை காலி, என்றாளவள்.
பாக்கெட்டைத் தடவிப் பார்த்தவன்
'நீயே நாலு முட்டையிட்டு வேக வச்சிரு!' என்றான்.

ஆளரவமற்ற தெரு ஒன்றில் தனித்து நின்றிருந்த
விளக்குக்கம்பத்தின் கீழ் அமர்ந்திருந்தவன்
பெருத்த யோசனையால் தன் விரல்களைக்
கொறித்துத் துப்பிக் கொண்டிருந்தான்.
விடிய இன்னும் நேரமிருக்கிறது!

குனிந்து குனிந்து மம்பட்டியால்
சவக்குழி வெட்டிக் கொண்டிருந்தவனுக்கு
உடல் முழுதும் வியர்வை
பெருக்கெடுத்துக் கொண்டிருந்தது.
தனித்தே அவன் முதுகில் வைத்து
தூக்கி வந்திருந்த பிணம்
உச்சி வெயிலில்
சிரித்துக் கொண்டு படுத்திருந்தது.

பிணங்களை இடுகாட்டில் புதைப்பதற்கு
நான்கு பேர் சென்றால் மட்டும் போதுமானது என
அரசாங்கம் அறிவுறுத்தியிருக்கிறது.
உடல்மூடிய நீல வர்ண உடையணிந்த நால்வர்
பிணத்தை தூக்கி வருவதைப் பார்த்து
புதிய குழிமேடுகளில் அவ்வப்போது
முனகல் சப்தம் எழுகிறது!
"குழிக்குள்ள பார்த்து மெதுவா தூக்கிப் போடுங்க!
நீங்க சம்பிரதாயங்கள் செய்யலன்னாலு பரவால்ல!"

-உங்க சன்னுக்கு ஃபோர்த் க்ளாஸ்க்கான
புக்ஸ்செல்லாம் வந்துடுச்சுங்க சார்.
ஸ்கூலுக்கு வந்து இந்த இயருக்கு ஃபீஸ் கட்டிட்டு
புக்ஸ் வாங்கிட்டுப் போங்க சார்.

மேடம், பையனுக்குப்
பாடஞ்சொல்லிக் குடுக்குறதை நாங்க
பார்த்துக்கணுமா?

இல்ல சார் ஆன்லைன்ல நாங்க
உங்க சன்னுக்கு டீச் பண்டுவோம்.
எவ்ரி டே டு ஹவர்ஸ்!

நேர்ல நீங்க சொல்லிக் குடுத்தாவே
படிக்க மாட்டான்.. இதுல
ஆன் லைன்ல நீங்க நொட்டுனா
படிச்சிக் கிழிச்சிடுவானவன்!

போராட வேண்டியிருக்கிறது ஒவ்வொரு நாளும்.
இயற்கை அழிவுக்கு எதிராக,
விலங்கினங்களின் அழிப்புக்கெதிராக,
கச்சா எண்ணெய் விலையேற்றத்திற்காக,
விலைவாசி உயர்வுக்காக,
பாலியல் குற்றங்களுக்கெதிராக,
கொள்ளையடிக்க கிளம்பும் பள்ளிகளுக்கெதிராக,
இப்படி பல எதிராக எதிராக...
ஆனால் கோவிட் 19-க்கெதிராக
போராடுவதாகச் சொல்லி வீட்டினுள்
பிணத்திற்கொப்பாகக் கிடக்கிறேன்
வெற்றுச்சுவரைப் பார்த்தபடி!

பிரசவ அறையில் பிறந்த குழந்தையின்
தொப்புள்கொடியைப் பாந்தமாய்
துண்டித்தாள் மருத்துவமனை தாதி.
'கோவிட் 19 தலைவிரித்தாடும்
காலத்தில் பிறந்த கண்ணே!
புதிய உலகிற்கு உனை வரவேற்கிறேன்!'
பற்கள் முளைத்திருந்த குழந்தை
தாதியைப் பார்த்து சிரித்தது!

தலையில் எழுதியிருப்பனவெல்லாம்

பலியானோர் எண்ணிக்கையைப்
புள்ளிவிபரமாய் கட்டம் கட்டி சொல்லியிருந்தார்கள்!
வீட்டுக்கு வரும் தினச்செய்தித்தாளை
நிப்பாட்டிக் கொண்டேன்.

உங்கள் வீட்டையும் உங்களையும்
கோவிட் 19-லிருந்து நிரந்தரமாய்
காத்துக் கொள்ள எங்கள் புராடெக்ட்களை
நம்பி வாங்குங்கள்! என்றார்கள்.
கேபிள் கனெக்சனை நிறுத்தி விட்டேன்.

'கபசுரக்குடிநீர் குடிக்கியளா பங்காளி?
பாக்கெட் 80 ரூவா தான்..
நம்ம வீட்டுல வாரத்துல நாலு நாள்
குடும்பமே குடிக்குது!' என்றபடி பங்காளி
படியேறி வந்தார்.
'நாளையும் பின்னியும் வீட்டுக்குள்ள
யாரையும் விடாதே!' என்று
அம்மிணியிடம் சொல்லி வைத்தேன்.

'அவரவர் தலயில என்ன எழுதியிருக்கோ
அதன்படிதான் நடக்குமென்றார்' அலைபேசியில்
தூரத்து உறவினரொருவர்.
'நீங்க போயிட்டீங்கன்னா மாவட்டம் விட்டு
மாவட்டம் உங்க எழவெடுக்க என்னால
வரமுடியாதுங்க, இப்பவே சொல்லிடறேன்!'
எதிர்முனை அணைந்திருந்தது!

அவரின் மரணம்

செய்திச் சேனலில் உங்களின்
மரணத்தைப் பற்றித் தகவல் சொன்னார்கள்!
திடுக்கிட்டு அம்மாவை அழைத்து
அவர் போய்ச் சேர்ந்து விட்டாரம்மா! என்றேன்.
அவர் யாரென அம்மாவுக்குத் தெரியவில்லை.
எனக்கும் தெரியவில்லை!
திடுக்கிடலில் நான் எல்லாவற்றையும் மறந்திருந்தேன்!

சரி நீங்கள் யாரோவாகவேனும் இருங்கள்!
மருத்துவமனையில் நீங்கள்
மிகவும் துன்பப்பட்டிருக்கலாம்.
மூச்சு வாங்க சிரமப்பட்டிருக்கலாம்.
மருத்துவர் உங்களுக்கு சுவாசக்கருவி
பொருத்தியிருந்திருக்கலாம்!

அவ்வப்போது கபசுரக் குடிநீர் அருந்தி
இரண்டு முட்டைகளும், கீரை சூப்பும்
குடித்திருக்கலாம்! சிலசமயம் இருமியிருக்கலாம்.
வயிற்றுப்போக்கும் இருந்திருக்கலாம்.
நீங்கள் மிகவும் பயந்து கடவுளரைப்
பார்ப்பது போன்று மருத்துவரை நோக்கி
மனதில் இறைஞ்சியிருக்கலாம்.

இந்தமுறை எப்படியேனும் பிழைத்து
வீடு சென்று விட்டால் உங்களது தீய
பழக்கவழக்கங்களை விட்டு விட்டு
புதுமனிதனாக வாழவேண்டுமென
சபதம் கூட எடுத்திருக்கலாம்.
படுக்கையில் மரண பயத்துடன்
படுத்திருக்கையில் தான் வாழ வேண்டுமென
ஆசையும் வருவதாய் எண்ணி அழுதிருக்கலாம்!

உங்களையறியாமல் நீங்கள் இறந்திருக்கிறீர்கள்.

அவ்வளவு தான்!

அதிசய விலங்கு

நெட் ஃப்ளிக்ஸில் புதிய திரைப்படங்கள்
வெளியாகத் துவங்கி விட்டன!

பேருந்துகளில் ஜன்னலோரச் சிறுமிகள்
கையசைத்துப் போகிறார்கள்!

கோவில்களிலிருந்து பக்தர்கள்
திருநீரு பூசிய நெற்றியுடன்
புன்னகைத்தபடி வெளிவருகிறார்கள்!

பௌர்ணமி பூஜையில் எல்லா
ராசிக்காரர்களுக்காகவும் யாகம்
நடத்துகிறார் பூசாரி!

கபசுரக்குடிநீரென்று குடிவிரும்பிகள்
பாரில் அமர்ந்து குடித்து மகிழ்கிறார்கள்.

நான் மட்டும் புதிதாய் இப்போது தான்
வாங்கிய மாஸ்க், கையுறை, கண்ணாடி அணிந்து
ஸ்கூட்டரில் கிளம்பிச் சென்றேன்.

அதிசய விலங்கு செல்வதாய் ஆச்சரியமாய்
எல்லோரும் பார்த்துக் கையசைக்கிறார்கள்!
கோமாளியை பார்த்தது போன்று
சில பெண்கள் சிரித்தும் சென்றார்கள்!

பாதாள உலகம்

பாதாள உலகத்தைப் பேருந்து ஓட்டம்
துவங்கியதால் ஒருமுறை
பார்த்து வர பிரயாணித்தேன்.
எல்லையிலேயே பேருந்தை நிறுத்தி
'இறங்கிக் கொள்ளுங்கள்! உள்ளே
பேருந்து போகாது!' என்றார் நடத்துனர்.
என்னோடு சேர்த்துப் பதினாறு பேரும்
இறங்கிக் கொண்டோம்!

பாதாளலோகம்
இருள் நிரம்பியது என்றென்றைக்குமே!
சுங்கச்சாவடி சோதனைக்குப் பிறகு
பாதாள லோகத்தினுள் சென்றோம் நாங்கள்.
முகப்பிலேயே நிலத்தினைக் குடைந்து
குழிகளாக்கி வைத்திருந்தார்கள்.
பாதாள உலகத்தினர்
சங்க காலத்தில் பாத்ரூம்
வசதியுடன் வாழ்ந்தார்கள் என்பதை
நிரூபணம் செய்யும் ஆதாரங்களாம் குழிகள்!
பதினைந்து நபர்களும் பத்திரமாய்
பார்த்துக் கால்வைத்து இறங்க ஒருவன்
மட்டும் பழங்கால எலும்புக்கூடொன்றின்
மீது தவறி விழுந்தான்!
அவன் பிறகு எழவேயில்லை.

நான் என் தந்தையாரைத் தேடிப் பயணித்தேன்.
தந்தையாரை வீடியோ காலில் அழைத்தேன்.
அது அணைத்து வைக்கப்பட்டிருந்தது.

சற்று தூரத்தே ஒரு எலும்பு மனிதன் தன்
கைப்பேசி வெளிச்சத்தில் தன் முகத்திற்கு
அவசரமாய் மாஸ்க் அணிந்து கொண்டு
எங்களை எதிர்கொள்ளத் தயாரானான்.

கடவுள்

என் கடவுளைப் பார்த்து வர
சூடம் ஊதுபத்தி தீப்பெட்டியோடு
சென்றிருந்தேன்!
யாரோ என் கடவுளுக்கு
முகக்கவசத்தை அணிவித்துப்
போயிருக்கிறார்கள்!

மூச்சு வாங்க சிரமமாய் இருப்பதாய்
என் கடவுள் குரல் கேட்டது சுவரெங்கிலும்!
‘இதோ’ வென முயற்சித்தேன்.
உருவஞ் சுருக்கிட்டிருந்தால் எளிதாகப்
பணியை முடித்திருப்பேன்.
ஏகப்பட்ட முடிச்சுகளோடு இருந்ததால்
முடிச்சவிழ்க்க முடியாமல் திணறினேன்.

‘என் கையில் வீணே இருக்கும் கத்தியை
எடுத்தேனும் முயற்சியேன்’ அசரீரி தான்.
கடவுளின் கையிலிருந்த கத்தியை உருவி
மாஸ்க் முடிச்சை அவிழ்த்தேன்!
புஸ்ஸென்று புகை மண்டலமாயிற்று
அந்த இடம்!

எல்லாம் சரியாகிக் கண்திறந்த போது
கையில் கத்தி பிடித்தபடி நான்
அவர் மேடையில் அமர்ந்திருந்தேன்.
கடவுள் இடத்தைக் காலி செய்திருந்தார்.

வியாபாரி

நீ ஏன் நாட்டு நாய்க்குட்டிகளை
ராஜபாளையம் சென்று வாங்கி வந்து
வீணாய்க்கிடக்கும் உன்
கோழிப்பண்ணைக்குள் விட்டு
வளர்க்கக் கூடாது? மக்கள்
பண்ணைக்குத் தேடி வந்து
வாங்கிச் செல்வார்கள்! நாய் ஒன்றுக்கு
நூறிலிருந்து இருநூறுவரை லாபம்
வைத்து விற்றால் உனக்கு சந்தோசம்
தானே! என்றான் நண்பன்.

அல்லது தஞ்சாவூர் சென்று
ஒரு லோடு பொம்மைகளை
ஏற்றி வந்து உன் கோழிப்பண்ணைக்குள்
இருப்பு வைத்து ஊர் ஊராய்
ஆட்டோவில் போட்டுச் சென்று
பதிவு செய்யப்பட்ட சின்னக் கொடை
ரேடியோவில் விளம்பரம் செய்து
வியாபாரியாக ஏன் மாறக்கூடாது?

'அண்ணே வாங்க! அக்கா வாங்க!
உங்க கொழந்தைகள் இந்த கொரோனா
காலத்தில் மகிழ்ச்சியாக வீட்டில்
விளையாட தஞ்சை பொம்மைகள்!
கொறஞ்ச வெலையில விற்பனை செய்யுறோம்!
வாங்க! வாங்கக்கா! நாலு பொம்மைகள்
வெறும் நூறே ரூவா தான்!'

'ஈபாஸ் எடுத்தாவது
பெங்களூர் கூட்டிச் சென்று
உன் ஒரு விரையை விற்று
காசாக்கி வந்து தொழிலைத் துவங்கி

விடுகிறேன்' என்றேன்.

கொரோனா காலமோ
வேறு என்ன காலமாகவோ
இருந்தாலும் அறிவுரைகளுக்குப்
பஞ்சமே இருக்காது தான் போல!

உலகத்தின் அழகெல்லாம் ஒருங்கே பெற்றவள்

அந்தப் பெண்ணை சாலையில்
நான் பார்த்த போது மனதினுள்
எதுவோ அப்போது பூத்துவிட்டது!
இத்தனைக்கும் அந்தப்பெண்ணைப்
பின்புறமாகத்தான் நான் பார்த்தேன்.
உலகத்தின் அழகெல்லாம் ஒருசேர
அமையப்பெற்றவளாக இருக்கலாம்!

இருப்பது ஒரு வாழ்க்கை!
அதை இப்போது மகிழ்ச்சிப்படுத்த
அந்தப் பெண்ணைப் பின் தொடர்ந்தேன்.
நீலவர்ண சுடிதார் அவள் உடலுக்கு
ஏற்றதாக அமையப்பெற்றிருந்தது.
மிக உயர்ரக மிதியடி அணிந்திருந்தாள்.
அவளின் நடை ஒரு நாட்டியத்திற்கு
ஒப்பானதாக இருந்தது!
சாலையில் செல்வோர் அவரவர்
பாடுகளோடு சென்றார்கள்!

அவளின் எதிர்க்கே கோமாதா ஒன்று
சாலையில் வந்து கொண்டிருந்தது!
எனக்கோ சாலையில் வரும் அது
உலகத்தின் அழகையெல்லாம் ஒருசேர
பெற்றிருக்கும் அவளை முட்டி விட்டால்?
குடல் சரிந்து சாலை ஏக களேபாரமாகிடும்!
நான் நடையை விரைவு படுத்தினேன்.

நான் நல்ல மாடுபிடிக்காரனுமல்ல தான்.
கோமாதா அசைபோட்டபடி திடீரென நின்று
வாலை உயர்த்தி சிறுநீரை வெளியேற்றிற்று!
உலகத்தின் அழகெல்லாம் ஒருங்கே பெற்றவள்
வேகமாய் மாட்டைக் கடந்து
மாஸ்க்கை இறக்கிவிட்டு தன் உள்ளங் கைகளால்

சிறுநீரைப் பிடித்துக் குடித்தாள்! தலைக்கும் தீர்த்தம் போல போட்டுக் கொண்டாள்!

பிறகு எனக்கு யாரோ தண்ணீரை முகத்திலடித்து எழுப்பினார்கள்! யாரெனப் பார்த்தேன்! உலகத்தின் அழகெல்லாம் ஒருங்கே பெற்றவள்!

பசி

நீங்கள் மேலும் ஒரு மாதகாலம்
எப்படி வாழவேண்டுமென்று
அவர்கள் இந்த மாதக்கடைசியில் தான்
மருத்துவர்களிடம் ஆலோசித்து
நமக்குச் சொல்வார்கள்!
நாம் பீதியடைவதற்கு ஒன்றுமில்லை.

அதிகாரிகளைப் பார்த்தால் மாத்திரமே
துண்டை முகத்தில் மறைத்துக் கொள்பவர்களுக்கு
ரேசனில் இந்த மாதமாவது எப்படியும்
மாஸ்க்குகளை வழங்கி விடுவார்கள்.

கடுமையான நடவடிக்கைகளை அறிவித்தால்
அதைச் செயல்படுத்த அதிகாரிகள் காத்திருக்கிறார்கள்
சாலையோரங்களில்!
காலியான பாக்கெட்டோடு உணவுக்கு வழி
செய்ய வருபவனை நிறுத்தி, மாஸ்க் என்றாலோ
ஃபைன் என்றாலோ அவன் சொல்வது இதாகத்தான்
இருக்க வேண்டும்!
'என்னெ கைது பண்டி உள்ளார போடுங்க எசமான்!
அங்கியாச்சிம் சோறு கிடைக்கும்!'

நான் வழக்கமாய் செல்லும் குறுநகரம்

குறுநகரொன்றின் வீதிக்கு அப்போது தான்
இருசக்கர வாகனத்தில் வந்திருந்தேன்.
ஆறு கிலோ மீட்டருக்கும் முன்பாகவே
அதிகாரிகளால் தடுக்கப்பட்டு விசாரணை
செய்யப்பட்டு அனுப்பப்பட்டிருந்தேன்.
எங்கே பயணம்?
ரெகுலேட்டர் வாங்க! அப்படியே செருப்பு
பிஞ்சு போனதால் புதியதாக வாங்கி வரலாமென!
சீக்கிரம் வந்துடணும்!
வாங்கினதீம் வந்துடறேன்.

குறுநகரில் ஆங்காங்கே இருசக்கர வாகனங்கள்
மனித எண்ணிக்கையை விட அதிகம் நின்றிருந்தன.
எல்லாக் கடைகளையும் பத்து மணிக்கே
இழுத்துச் சாத்திக் கொண்டிருந்தார்கள்.
அதிகாரிகள் அமர்ந்திருந்த வாகனம் மெதுவாக
சாலையில் 'கடைகளை சாத்துங்கள்!' என்று
ஒலிப்பெருக்கியில் அறிவித்தபடி ஊர்ந்து வந்தது!
எந்த நேரமும் நமக்குத் தவறான தகவல்களையே
அள்ளித் தரும் செய்திச் சேனல்களை நம்பி
குறுநகரம் வந்த நான் குழம்பி நின்றிருந்தேன்.

குறுநகரில் மாத்திரை வில்லைகள் மட்டுமே
மாலை வரை வாங்கலாமாம்! மற்றதெதையும் வாங்க
நாளைக் காலையில் தான் வரவேணுமாம்!
பெட்ரோலுக்கும் கேடாய் குறுநகர் வந்தவன்
மருந்துக் கடை சென்று
"ஒரு டீப் போடப்பா!" என்று சொல்லி விட்டு
அவன் கடை வாசலில் அமர்ந்தேன்!

அப்பம்

குடிவிரும்பியொருவர் சாலையில்
தலைகீழாக கைகளால் எட்டு வைத்து
நடந்து வந்துகொண்டிருந்தார்.
உற்றுக்கவனித்தபோது தான் தெரிந்தது
தனது மிதியடிகளை கைக்கு மாற்றியிருந்தார்.
'எப்போதுமே போதையானது
தலைக்கு ஏறவேண்டும் தம்பி'என்றவர்
கால்களால் எனை ஆசீர்வதித்தார்.
சற்றுமுன் இயேசுநாதரை ஆசீர்வதித்துவிட்டு
வந்தவர் இவராகத்தானிருக்கவேண்டும்!
போக இன்றிரவு ஒருமணிக்கு சரியாக
சூரியன் உதிக்குமென்றார்!
அக்னி வெயிலில் தன் விரைகளுக்குப்
பாதுகாப்பு கவசமிடாமல் செல்லுமவர்
நிச்சயமாக மீதமிருக்கும் சரக்கிற்கு
கடித்துக் கொள்ள அப்பம் ஒன்றை வைத்திருக்கணும்!

பயணம்

தோழியரோடு தாயக்கட்டைகளை
உருட்டிக் கொண்டிந்தவள் மடியிலிருந்து
500 ரூவாய் தாளை எடுத்துக் கொடுத்து
கடைக்கிப் போனீன்னா எம்சி விஎஸோபி
ஒரு ஃஆப் வாங்கிட்டு வந்து குடு என்றாள்!

இடைக்கச்சையில் குறுவாளோடும்
வலதுபுறம் வாளோடும் சுட்டெரிக்கும்
சூரியனை சபித்தபடி குதிரை மீதமர்ந்திருந்த
சேரநாட்டு வீரனான நான்
முந்தைய போரில்
முகத்தில் பெற்றிருந்த வீரத்தழும்பைத் தடவியபடி
டாஸ்மாக் நோக்கிப் பிரயாணம் செய்தேன்.

சீதாவின் கவிதை

சீதா பத்தாப்பு முடித்திருந்தாள்.
எந்தக் கடமானைத் தேடியும் அவள்
தன் வீட்டு வாயிலில் அமர மாட்டாள்.
அவளைக் கவர்ந்து போக பக்கத்து
மாநிலத்திலிருந்து கூட வரமாட்டான் எவனும்..
அப்படி நடந்தாலும் உள்ளூரிலிருந்து கூட
யாரும் அவளைக் காக்க போக மாட்டார்கள்.
சீதா நூறுநாள் வேலைத்திட்டத்தில்
கடந்த இருவருடங்களாகப் பணியாற்றி
தன் வயதான தந்தையையும்
தன்னையும் காத்து வந்தாள்.
ஐம்பது நாட்களாகப் பணியில்லாமல் போனதால்
ரேசனில் இலவச அரிசி பெற்றுக்
கஞ்சி குடித்து மகிழ்கிறாள் சீதா.
கையில் நூறு ரூபாய் கூட இல்லையென்ற
கவலையின்றி வாழும் சீதாவுக்கு
பக்கத்து வீட்டிலிருந்து சமையல் வாசம்
வருகையில் மட்டும் தந்தைக்கு
மாஸ்க்கை அணிவித்து தானும்
அணிந்து கொள்கிறாள்!

கொரோனா காலம்

இழுத்துச் சாத்தப்பட்டிருந்த பள்ளியின் வகுப்பறைகளில்
மாணவ மாணவிகளின் மர இருக்கைகளிலிருந்து
கேவல் ஒலிகள் ராக்காலங்களில் கேட்கத்துவங்கியிருந்ததை
யாரும் கேட்டறிந்திருக்கவில்லை!

நகரின் ஒதுக்குப்புறத்திலிருந்த பள்ளியினுள்
உயர்ந்து வளர்ந்து நின்றிருந்த மரங்களிலிருந்து
தூரதேசத்திலிருந்து வந்திருந்த பறவைகளின்
கீச்சொலிகளைப் பகலில் கேட்டோர் யாருமில்லை.

அத்யாவசியத் தேவைகளான காய்கறிகளை வாங்கச் செல்வோர்
பைப்படிபட்டிருந்த வீங்கிப்போன பிருஷ்டங்களைத் தடவியபடி
தங்கள் இருசக்கர வாகனங்களில் பூட்டிடப்பட்டிருந்த பள்ளியின்
இரும்புக் கதவினைப் பார்த்தும் பாராமல் கடந்து செல்கின்றனர்.

தனி மனித இடைவெளியின் அவசியம் பற்றி
அறிவுறுத்தியபடி செல்லும் மூன்றுசக்கர வாகனத்தின்
கொடை ரேடியோவின் ஒலியைப் புதிதாய்க் கேட்டபடியும்,
நகரின் ஆலைகளிலிருந்து புகைபோக்கி குழாய் வழியே
வரும் நச்சுப்புகையை சுவாசிக்காமலும்
அந்தப் பள்ளி அங்கேயே தான் வெறுமையோடு நின்றிருக்கிறது
தன் பழைய கால சந்தோசங்களை அசை போட்டபடி!

மூடப்பட்டிருந்த பள்ளியின் வெறுமையை..
மூடப்பட்டிருக்கும் வகுப்பறைகளின் வெறுமையை..
இந்த விரல்களைக் கொண்டு
எழுதித் தீர்த்து நிரப்பவும் முடியவில்லை.

கொரோனா காலம் - 2

மழை பெய்து முடிந்திருந்த அந்த இருளில்
தனியே அது நுகர்ந்து நுகர்ந்து
அங்குமிங்கும் பார்த்தபடி
ஓடி வந்துகொண்டிருந்தது.

இருளில் அவன் கண்களுக்கு
முதலையொன்று வருவது போன்றே
தெரிந்தது.- சற்று உற்றுப் பார்க்கையில்
அதுவொரு எறும்புத்தின்னி என்றுணர்ந்தான்.
இப்போதெல்லாம் காட்டு விலங்குகள்
ஊருக்குள் வந்து வந்து போகின்றன.

எறும்புத்தின்னியின் உருவத்தைப் பார்த்தால்
அது எறும்பை மட்டுமே உண்டு வாழும்
ஜீவனல்ல என்றே அவனுக்குத் தோன்றியது.
அது சலசலத்தபடி சிற்றோடை போன்று
ஊர் வீதிகளில் ஓடிக் கொண்டிருக்கும் நீரில்
நிதானமாக நடக்கத் துவங்கிற்று.

திறந்திருந்த வீடுகளின் கதவின் வழியே
எதையோ தேடுவது போன்று உள் நுழைந்து
உள் நுழைந்து வெளியேறி ஊர் வீதியில் சென்றது.
ஊரடங்கு காலத்தில் இந்த இரவிலும்
எதற்காகக் கதவுகளைத் திறந்து வைத்து உறங்குகிறார்கள்?

பளீரென வானில் மின்னல் ஒன்று வெட்டியது.
அவனுக்குக் கண்களே இருண்டது போலாயிற்று
நிமிடம் கழிந்து கண்களைத் தேய்த்துக்
கொண்டு பார்க்கையில் இவன் வீட்டின்
கதவருகே வால் நுழைவது தெரிந்தது.

பதை பதைப்போடு தண்ணீரில் கால்களை

உயர்த்தி உயர்த்திச் சென்றான்.
வானில் காதைச் செவிடாக்கும்படி
இடி ஒன்று குடீரென இடித்த சமயம்
மின்சாரம் போய் இருளுக்குள்
ஊர் மூழ்கியது.

அலைபேசியின் விளக்கை உயிர்ப்பித்து
கைதட்டியபடி தன் அறைக்குள் நுழைந்தான் அவன்.
இவனது படுக்கையின் மீது களைப்புடன்
அந்த எறும்புத்தின்னி படுத்திருந்தது.

அடுத்த நாள் அவனைத் தொற்று
இருப்பதாக மருத்துவமனை ஊர்தி வந்து
கூட்டிப் போயிற்று!

கொரோனா காலம் - 3

மகிழ்ச்சியான செய்திகளை மாதம் முழுக்கவே
கேட்டறியவில்லை எல்லோருடைய காதுகளும்.
மகிழ்ச்சியான செய்திகளை மாதம் முழுக்கவே
பார்த்தறியவில்லை எல்லோருடைய கண்களும்.

இந்த நாக்குகள் எந்த உணவை வைத்தாலும்
கசப்பான சுவையையே தருகின்றதாய்
எல்லோரும் சொல்கிறார்கள்.
இந்த மூக்குகளும் கூட சும்மாவுக்காக முகத்தில்
ஒட்டிக் கொண்டிருப்பதாய் அவர்களே சொல்கிறார்கள்.

ஊருக்கு ஊர், வீதிக்கு வீதி யாரும் செல்ல முடியாமல்
தடுப்புச் சுவர்கள் எழும்பி விட்டன.
உதவி செய்ய வருபவர்களின் வாகனங்கள்
மாவட்ட எல்லையிலேயே திருப்பி அனுப்பப்படுகின்றன.
காய்கறி வாங்கி வருபவர்களின் பைகள் சோதனை
செய்யப்படுகின்றன! அவர்களின் இஞ்சி இடுப்புகள்
தடவப்படுகின்றன!

எல்லோரும் திருட்டுக்குச் செல்வது போன்ற
முகபாவனையுடன் வீட்டிலிருந்து சாலைக்கு வருகிறார்கள்.
மணல் கொள்ளையை இத்தனை காலம் கண்டறிந்து வந்த
ட்ரோன்கள் காதலர்களையும், சிறார்களையும் விரட்டுகின்றன.
கிழமைகளை மறக்கும் நாட்கள் தினமும் தொடர்கின்றன.

வீடுகளுக்குள் தாயக்கட்டைகள் உருளும் ஓசை
சாலையில் செல்வோர் காதினுள் 'ஐயோ ஐயோ'
என்றே விழுகிறது. காவலர்களின் கையிலிருக்கும்
வாக்கி டாக்கிகளும் அதே 'ஐயோ' வையே ஒப்பிக்கிறது.

ஊருக்குச் செல்பவர்கள் பயணதூரத்தை
வெற்றுக் கால்களுடனும்,
வெற்று வயிற்றுடனும் நடந்து கழிக்கிறார்கள்.

தங்கள் குழந்தைகளிடம் கடவுளைப் பார்த்துக் கைகூப்பி
கும்பிடப்பழக்கி திருநீரு இட்ட தாய்மார்கள்
உணவுப் பொட்டணம் தருபவர்களைப் பார்த்ததும்
கும்பிடும் தங்கள் குழந்தைகளைப் பார்த்து
நெஞ்சு வெடித்து அழுகிறார்கள்.

இத்தனை காலம் தூரதேசப் பயணத்துக்கு உதவிய
ரயில் பெட்டிகளும், கப்பல்களும்
மருத்துவமனை படுக்கைகளாய் மாறுகின்றன.
பிள்ளைகளின் வகுப்பறைகளில்
ஆக்ஸிஜன் சிலிண்டர்கள் நிறுத்தப்படுகின்றன.
விவசாயிகள் வழக்கம் போல தங்களின்
தோட்ட அழிவு நிலவரங்களைக் காட்டி அரசாங்கத்திடம்
நிவாரண நிதி கேட்கிறார்கள்.

செவிலியர்களும், அதிகாரிகளும்
மருத்துவமனையிலிருந்து நலம் பெற்றுச்
செல்பவர்கள் கையில் காய்கறிகள் நிரம்பிய
பை கொடுத்துக் கைதட்டி அனுப்புகிறார்கள்.
மாவட்ட மருத்துவமனையில்
ஐம்பத்தியெட்டுப் பேர் சிகிச்சைக்கு
சேர்க்கப்பட்டிருந்த நிலையில்
அறுபத்தியெட்டுப் பேர் சிகிச்சை முடிந்து
சென்றதாய் செய்தி வாசிக்கிறார் ஒரு அம்மணி.

காய்கறிகள் இல்லையெனினும் அரிசிக்கஞ்சியை
மூன்றுவேளையும் உணவாகச் சாப்பிடும் குடும்பங்கள் இருக்க
ஹான்ஸ், பான்பராக், மதுபாட்டில்களை
அதிக விலைக்கு விற்றுப் பெரிதாக சம்பாதித்துக்கொண்டிருக்கிறது
அவைகளைப் பதுக்கி வைத்திருந்த கூட்டம்.
அரசாங்கம் செய்வதறியாது திகைக்கிறதென மக்களும்,
சொல்வதைக் காதில் போட்டுக்கொள்ள மறுக்கிறார்கள் மக்கள்
என அரசாங்கமும் மாற்றி மாற்றிப் பேசிக் கழிகிறது நாட்கள்!

மசூதிகளிலும், தேவாலயங்களிலும், கோவில்களிலும்
தூணிலும் துரும்பிலும் இருந்தவரெல்லாம் பக்தர்களின்
முகதரிசனமின்றி எழுந்தருளாமல் அமைதியாயிருக்க
மக்களும் அவ்வாறே வீடடங்கி அமைதியாயினர்.

கேட்க விரும்புவதெல்லாம் ஒரே ஒரு நற்செய்தியைத்தான்
அதை எப்போது கேட்போம் என
எதிர்பார்த்துக் காத்திருப்பவர்களுக்கும் தெரியாது..

சொல்லப் போகிறவர்களுக்கும் தெரியாது.
மண்ணுக்குள் புதையுண்டிருக்கும் சமீபத்திய
உடல்களின் வேண்டுதல்களும் அந்த நற்செய்தி
பற்றியான இறைஞ்சல்களாகவே இருக்கக்கூடும்.

வாசல் கொடிக்கம்பியில் துவைத்துக்காயப்
போட்டிருந்த துணிகள் காய்ந்திருக்கும்..
அதை எடுத்துவரக் கிளம்பும் நான்
முகக்கவசம் அணிகிறேன்.

2.
வாட்சப் வதந்திகளை நம்பாதீர் என்றனர்.
செய்திச் சேனல் வதந்திகளையும் சேர்த்து
எனச் சொல்ல மறந்தனரோ?

3.
யாரும் பத்திரமாய் வீடு
திரும்பவேண்டிய அவசியமில்லை.
எல்லோரும் வீட்டினுள் தான்
இருக்கிறோம்.

கொரோனா காலம் 4

கைக்குட்டை வைத்துக் கொள்ளும் பழக்கத்தை
எப்போது நான் கைவிட்டேனென
ஞாபகத்தில் இல்லை.
நேரம் காட்டியைக் கையில் அணிவதை
விட்டொழிந்த காலத்திற்கும் முன்பாக
அது நடந்திருக்கலாம் அல்லது
மிதிவண்டியை விற்று அவளின் கருக்கலைப்புக்குப்
பணம் கொடுத்த காலத்திலாகவும் இருக்கலாம்.
சும்மாவுக்கேனும் கிளம்புகையிலெல்லாம் மறக்காமல்
அம்மா முகக்கவசத்துணியை எடுத்து நீட்ட
இப்போது அதுவே பழக்கமுமாகிவிட்டது!

பிச்சைக்காரர்களின் பாத்திரமும், வயிறும்
காலியாயிருக்கும் காலத்தில்
எப்போதும் போல் எதுவும் நடப்பதில்லை.

சென்று விசாரித்து மகிழ்வுற்று வர
ஏராள சொந்தங்களிருக்கின்றன தூர தூரத்தில்.
எங்கும் செல்ல முடியாத படிக்கு
நம்மை அடைத்துக் கொண்டோம் சுவர்களுக்குள்.

எப்படிப் போகிறது கொரோனா காலம்?
கேட்ட நண்பருக்குச் சொல்கிறேன்
எனைத் தூங்க வைக்க முடியாத இரவுகளில்
இருக்கிறேனென.

எனக்கு மட்டும் ரெண்டு பொட்டணம்
சேர்த்திக் குடுங்க தலைவரே!
அடுத்த எலக்சனப்போ ரெண்டுரு ஓட்டே
முழுசா வாங்கித் தாறேன்.

எட்டு மணிக்கு நாட்டு மக்களிடம்
உரையாற்றப் போகிறாராம் தலைவர்.

இன்றேனும் குருதி மணக்க மணக்க
அவர் பேசாதிருக்கணும்!

சனீஸ்வர பகவானின் வாகனத்திற்கு
ஒரு துளி சோற்றுப்பருக்கை கூட வீசாத
மனிதர்களைக் கோபித்துக் கொண்டு
வனம் சென்று விட்டன 50% காகங்கள்.
அவைகளெல்லாம் தொற்றால் அடைக்கப்பட்ட
வீதிகளைச் சார்ந்த காகங்களென அரசாங்கம் அறிவித்தது.

பயணம்

ஒரு மூட்டை அரிசியை இரு சக்கர
வாகனத்தில் வைத்துக் கொண்டு
ஊர் சுற்றிக் கொண்டேயிருக்கிறார் சின்னச்சாமி
சோதனைச் சாவடிகளில் விசாரித்தால்
கட்சியின் நிவாரண அரிசியைக் கொண்டு போவதாய்
ஆகாசம் அளவு புளுகுகிறார் சின்னச்சாமி.
ஒரு மூட்டை அரிசி ஒரு மாதமாக
அவர் வண்டியிலிருந்து இறங்கவேயில்லை.
சின்னச்சாமி மத்திய அரசு அனுப்பி வைத்த
கொரோனா புலனாய்வு அதிகாரியாகவும்
இருக்கலாமென ஊர் பேசுகிறது.

கொரோனா கால குறுங்கவிதைகள்

முப்பத்தியேழு தலைகள் கொண்ட
மனிதர் ஒருவர் சொந்த மாநிலத்துக்கு
ரயில்வே பாதை வழியாக எட்டுக்கால்
பாய்ச்சலாய் ஓடுவதைப் பார்த்த
அரசாங்கம் துணுக்குற்றது!

காற்றின் எதிராக சிறகைப் பலமாய்
விரித்தசைத்து வேப்பைமரக் கிளையில்
வந்தமர்ந்த இரண்டு காகங்களும் அறிந்திருக்கலாம்
ஊரடங்கின் போது சாலையில் வாகனங்கள்
செல்லாதென!

கொரோனா தடுப்புப் பணிகளை எவ்விதம்
முன்னெடுப்பது? என்பது பற்றி அதிகாரிகள்
ஆலோசித்துக் கொண்டிருக்கையில்
அரசனா மலைக்கும் பின்புறமாக
மறைந்து கொண்டிருந்த மாலைச்சூரியன்
தன்னைப் பார்த்துக் கண்ணடித்துவிட்டுச் சென்றதாய்
யுவதியொருத்தி தன் அம்மாவிடம்
புலம்பிக் கொண்டிருந்தாள்.

ஊரடங்கை அறிவித்து விட்டு ஊமையாகிப் போன
அரசாங்கத்திற்கு மக்களின் கண்களிலிருந்து
ரத்தம் சிந்துவதைக் கவனிக்க வழியின்றி
குருடாகிப் போனது இப்போது தான்.
இரண்டு நாட்களுக்கும் முன் காதுகளும்
அடைத்துப் போனதால் மக்களின் அழுகையொலியும்
அதற்குக் கேட்கவில்லை.

உணவகத்தின் வெளிவாசலில் வெறும்
இட்லியைக் கையில் பிடித்திருந்த சிறுமி
வேகமாய் வாயில் திணித்து விழுங்கி விக்குகையில்

அச்சிறுமியின் விக்கலிலிருந்து
புலம் பெயர்ந்து கொண்டிருந்தது
உலகத்தின் அத்தனை நம்பிக்கைகளும்

கருணையுள்ள பிணங்களை எங்கள்
இடுகாட்டில் புதைக்க வராதீர்கள்.
இது கருணையற்றவர்களுக்காகவே
கருணையற்றவர்களால் பாதுகாக்கப்படும்
இடுகாடு!

எதுவும் செய்யவியலா துக்கத்துடனிருந்த
மாநகரம் வெறிச்சிட்டுக் கிடந்த வீதிகளை
ட்ரோன் காமிரா வழி பார்த்துப்
பெருமூச்சு விட்டது!

ஓசோன் துவாரத்தை சரி செய்யவும்,
கங்கை நீரைப் போகிற போக்கில்
அள்ளிக் குடிக்கவும்,
காற்று மாசுக்களை உடனடியாக
அப்புறப்படுத்திக் காணாமலாக்கவும்,
மாட்டுவண்டிப் பயன்பாட்டை சீக்கிரமாகக்
கிராமத்தினுள்ளும், குதிரை வண்டிப் பயன்பாட்டை
சீக்கிரமாக நகரத்திற்குள்ளும் வந்து விடுவதற்கும்
நீங்களாக கொடிபிடித்தோ, கையுயர்த்தியோ
போராட வேண்டிய அவசியமேதுமில்லை.
வைரஸ் ஒன்று போதும்.

எத்தனெ நாளைக்கி மாப்ளெ?

வேற்றுக்கிரகத்திலிருந்து ஏலியன் வைரஸ்
வந்து கொண்டிருக்கிறதாம்!

அட அக்கட்டால ஒந்தி நில்றா
ஆடுகள் மெரண்டு நிக்கிதுக பாரு
ப்பா! கூவே!

வெட்டுக்கிளிகள் வந்துட்டு இருக்குதாம்!
ஒரு சதுர அடிக்கி 1500 வெட்டுக்கிளிகளாம்!

பீடி இருந்தா ஒன்னு குடு ராசு
பீடிக்கட்டை வேற நாப்பது ரூவா பண்ணிட்டானுக
வூட்டுல கேட்டா அத ஊதாட்டித்தா என்னோங்கறா!